KẺ KHÔNG CHIẾN TUYẾN

Hoàng Nga

KẺ KHÔNG
CHIẾN TUYẾN

Nhân Ảnh
2017

KẺ KHÔNG CHIẾN TUYẾN

Tập truyện: **Hoàng Nga**
Bìa: **Hoàng Nga & Molly Brown**
Trình Bày: **Lê Hân**
Kỹ Thuật: **Tạ Quốc Quang**
Nhân Ảnh Xuất Bản **2017**
ISBN: **978- 1978246102**

THAY LỜI TỰA

Chiến tranh, đã qua lâu lắm rồi. Dễ thường đã gần năm mươi năm. Có người con trai từng nói với tôi, hết chiến tranh sẽ đưa tôi về quê mẹ. Có người từng nói với chị, tàn cuộc đao binh sẽ cùng chị về thăm giòng sông tuổi nhỏ. Có người từng nói với bạn tôi, hòa bình sẽ đi với cô ấy cho đến hết cuộc đời...

Nhưng những người bạn ấy, người anh ấy, người tình ấy, chưa kịp thấy chiến tranh không còn, chưa kịp thấy đất nước tàn binh lửa, đã vội ra đi. Những lời hứa biền biệt bay lên trời cho dẫu đã không có ai trong số họ là người thất hứa. Chỉ súng đạn vô tình và tàn nhẫn đã mang họ đi mà thôi.

Hết chiến tranh. Người ta đã gọi đấy là hết chiến tranh. Chúng tôi không còn nghe tiếng đạn bay trong đêm, không còn nhìn thấy đoàn xe ra tiền tuyến, không còn ngửi mùi thuốc súng, không còn khắc khoải chờ tin tức ngừng bắn... Nhưng sao hết chiến tranh mà chúng tôi chẳng hề thấy hòa bình, chẳng hề được tận hưởng cái yên ấm, cái thanh bình, cái nhàn nhã của một đất nước không còn chiến tranh.

Thế hệ chúng tôi lớn lên với cuộc chiến kéo dài triền miên ấy, sau đó đã trải cuộc đời buồn thảm tại quê nhà, cô đơn khi lưu vong. Muốn hay không, dấu vết của chiến tranh vẫn hằn trong lòng, trong trí chúng tôi. Chúng tôi chứng kiến người lớn đánh nhau khi còn chiến tranh, nghe người lớn phẫn nộ nhau khi ngưng tiếng súng. Người ta bàn cãi, nói về nhiều điều khác nhau. Chúng tôi bơ vơ. Nhiều người trong chúng tôi đã chẳng biết tin ai, cũng không biết đứng ở đâu.

Cuộc chiến đã chấm dứt, nhưng chắc có lẽ ba mươi, năm mươi, một trăm năm nữa trôi qua, chúng tôi vẫn không biết nó đã ngừng thật hay chưa...

Hoàng Nga

MỤC LỤC

ĐÃ CÓ MỘT MÙA XUÂN

- Tết, Hát ở lại, không về.

Hát vừa nói vừa đan khẽ những ngón tay thuôn vào tay tôi ấm áp. Hát hay bảo bàn tay này sẽ là bàn tay nấu cho Hát những bữa cơm ngon, pha cho Hát những ly cà phê thơm ngát, nồng nàn. Tôi lặng người sung sướng với cái tin Hát vừa mới nói, nhưng rồi vẫn hỏi, một cách hết sức ngớ ngẩn:

- Rồi Tết, Hát làm gì?

Hát cụng trán tôi:

- Đi khắp nơi với Nga cho hết mùa Xuân chứ còn làm gì nữa.

Tôi úp mặt vào bờ vai tràn đầy sức sống của Hát, nghĩ, nếu đất trời chỉ có mười hai tháng, một tháng Chạp xôn xao Nguyên Đán, một tháng Giêng tràn nhựa Xuân, thì tôi có đủ mười hai tháng khai hội, mười hai tháng mật ngọt để dành cho Hát. Tôi hỏi:

- Như vậy là đêm ba mươi Hát đến thăm Nga phải không?

Hát cười, cất giọng khe khẽ, *"anh đến thăm em đêm ba mươi, còn đêm nào vui bằng đêm ba mươi, anh nói với người phu quét đường, xin chiếc lá vàng làm bằng chứng yêu em..."*. Cái bài ca, tôi nghe đi nghe lại đến mòn cả ruột, xước trầy cả vỏ cuộn băng, hát đến thuộc từng chữ một, vậy mà lần nào cái cảm giác và nỗi xúc động dâng lên trong tôi cũng giống hệt nhau. Tôi vẫn thường nói với Hát, tôi chỉ ước ao có một Giao Thừa ấm cúng bên Hát.

- Hai đứa sẽ ra trước hiên nhà ngồi chờ hoa nở, chờ vì sao ước mọc lên giữa đêm ba mươi. Rồi Nga sẽ chỉ cho Hát thấy ngôi sao thiên mệnh của Nga.

Hát buông tay tôi, ôm vòng ngang lưng. Con đường xao xác chút ánh điện vàng hắt vào chỗ đứng hai đứa. Hát đẩy tôi vào chỗ tối hơn, hôn lên mắt, rồi lên môi tôi.

Hát thì thầm:

- Hát có được phép ở lại đón giao thừa nhà Nga không nhỉ?

Tôi im. Hát cắn cắn vành tai tôi, mềm giọng:

- Nga tìm chỗ nào cho Hát trốn nhé!

Tôi cười:

- Sáng mồng một mẹ Nga hay thức dậy sớm, đi lảo rảo vòng quanh nhà, chắc trốn ở đâu mẹ cũng tìm ra!

Hát dấm dứ:

- Nga nghĩ mẹ bắt gặp Hát ở đâu?

- Đâu đó.

Hát nói nhỏ vào tai tôi:

- Trời, Hát trốn trong chăn của Nga, giả bộ là cái gối ôm, làm sao mẹ biết được... Nhưng nếu có biết, thì Hát cũng chắc là mồng một Tết, mẹ sẽ không dám la đâu. Sợ xui!

Tôi kêu lên:

- Ơi, Hát nói chuyện gì đâu không hà!

Hát bật cười. Lại đẩy tôi ra chỗ sáng. Hai đứa lại nắm tay nhau. Hát nói:

- Năm nay Hát không về thăm mẹ, mà sẽ ở lại để đến thăm Nga đêm ba mươi, vậy thì phải có cái gì khác cho Hát với chứ. Phải có cái gì khác cả với bài ca nữa. Bài ca buồn, nhưng tụi mình đâu có buồn.

Tôi đáp:

- Ngắt khúc trước của bài ca ra Hát ạ.

Tôi tựa cằm lên vai Hát, ư ử ngân nga, *"tay em lạnh, để cho tình mình ấm. Môi em mềm cho giấc ngủ anh thơm. Sao Giao Thừa xanh trong đôi mắt ngoan. Trời sắp Tết hay lòng mình đang Tết..."*. Hát ngắt ngang:

- Phải để cho Hát bắt chước thi sĩ, bắt chước nhạc sĩ, mềm giấc trong đêm Giao Thừa mới được.

oOo

Hát cho tôi xem tấm hình Hát đứng ở bến đò Trung Phước. Tên cái địa danh làm tôi bồi hồi. Mẹ tôi nói đã sanh tôi ở đó. Chiến tranh mịt mù khói lửa làm tôi chưa được một lần về thăm nơi chôn nhau cắt rốn này của mình. Hát chỉ cho tôi thấy mây nước phía sau lưng chỗ đứng của Hát trong hình và giải thích cặn kẽ, từ đó lên đến ngôi nhà cũ của ba mẹ tôi là còn bao nhiêu đoạn đường, con dốc đi lên hay đi xuống, cỏ cây nào mọc dại hai bên lối đi... Hát bảo ngôi nhà đã đổ nát sau trận lụt và sau những trận đánh nhau ác liệt, chỉ còn lại cái nền xi măng trơ xám, nhưng lần nào ngang qua đó, Hát cũng đứng ngắm nhìn rất lâu. Hát nói, tàn chiến tranh, Hát sẽ dẫn tôi về quê.

- Hát sẽ làm việc ở mỏ than Nông Sơn. Sẽ xây lại cái nhà của ba mẹ Nga ở Trung Phước. Xây ngay trên nền cũ Nga ạ. Và "tụi nhỏ", khi ra đời, sẽ được chôn nhau đúng vào cái chỗ mà ngày xưa mẹ đã chôn mớ nhau của Nga.

Tôi hỏi:
- Hát đi làm, còn Nga sẽ làm gì mỗi ngày nhỉ?

Hát cười, giọng mơ màng:
- Không làm gì hết. Đi chợ, nấu ăn, lo cho con. Vậy thôi.

Tôi kêu lên:
- Cái gì, cuộc đời gì nhàm chán quá vậy?

Hát bóp vai tôi cái khẽ:
- Được làm vợ Hát mà kêu là chán hả?

Mẹ tôi kể ngày xưa người ta họp chợ trước nhà tôi. Ca nô chạy từ Hội An lên Trung Phước mỗi ngày. Hát tả cho tôi nghe về giòng sông Thu Bồn xanh ngắt với những bãi cát trắng mịn ở dọc hai bên bờ, uốn éo

HOÀNG NGA

theo dãy núi Trường Sơn hùng vĩ chập chùng. Rồi Hát đọc cho tôi nghe những bài thơ, những câu ca dao nói về quê mẹ. Đã có lần, tôi nằm mơ thấy mình đứng trên bến đò chưa bao giờ trông thấy thật ngoài đời ấy, chờ Hát đi làm về. Trời vàng nắng trong giấc mơ tôi. Và hạnh phúc óng ả lấp lánh chung quanh tôi. Hát nói:

- Xứ mình đẹp lắm Nga à. Rồi Nga sẽ làm thơ. Làm hàng trăm bài thơ hay.

Tôi mơn man bàn tay như bàn tay con gái của Hát. Hát đọc thơ Nguyễn Bính:

- *Ta sẽ là vợ chồng. Sẽ yêu nhau mãi mãi. Sẽ se sợi chỉ hồng. Sẽ hát câu ân ái...*

Tôi với Hát, tình yêu không thuần túy chỉ dừng lại ở cái rung động, cảm xúc của hai người nam và nữ thường tình, mà còn cột lại với nhau bằng cái tình quê hương đằm thắm ở sau lưng hai đứa. Lần đầu tiên mở học bạ Hát ra xem, thấy sinh quán của Hát, tôi đã kêu lên:

- Đồng hương ơi!

Ba tôi có hứa ngưng bắn, sẽ cho tôi về quê một lần. Tôi muốn đi với Hát, muốn nhìn thấy Thạch Bích, Đá Dừng ở nơi đâu. Muốn ngược giòng Thu Bồn lên Trà Mi xem hồn vua Chàm đang ngự về nơi nào. Nhưng báo chí cứ nói ngưng bắn, cứ nói hòa bình, mà rồi chiến trận lẫn lan tràn. Những hiệp định nào đó vẫn xôn xao ký kết ở trời Tây, nhưng quê ngoại tôi thì cứ nguyên vẹn cáng đáng những trận mưa pháo, những loạt bom đạn cày xéo nát như từng ô đất con. Sáng sáng vẫn xe rà mìn chạy phía trước, xe đò nổ tung ở phía sau. Tối tối vẫn hỏa châu sáng rực vùng giao tranh. Vẫn hỏa tiễn, vẫn cối, vẫn pháo, vẫn B40, vẫn thuốc khai quang... Mỗi lần Hát về quê, là mỗi lần tôi run sợ. Mỗi lần Hát có mặt ở thành phố, là mỗi lần tôi ngước mặt tạ ơn trời. Hát hay đùa với tôi, bên hiếu bên tình, Hát không biết bỏ bên nào. Nhưng rồi Hát cũng bảo:

- Năm nay, Hát cãi lịnh "nhà huyên", ở lại ăn Tết với Nga một phen đây.

Những năm trước, Tết, không có Hát, tôi ngơ ngơ ngác ngác theo đám bạn đi chúc tuổi thầy cô, đến lúc về, không nhớ mình đã đi những nơi đâu, chúc thọ cho thầy cô nào. Khi có mặt tại nhà, lớ ngớ đánh bài tam cúc, đỏ đen xì dách với đám em, không để ý gì đến thua nhẵn cả tiền lì xì. Tôi nói với Hát:

- Nga sẽ dẫn Hát đi coi bói đầu năm.

Hát trêu:

- Bói ra ma hay ra gì hả Nga?

Tôi chu môi. Hát lại đùa:

- Hát đoán chắc thế nào ông thầy bói cũng sẽ bảo, số cô đào hoa nhưng không bạc mệnh vì cô có được một người yêu phong nhã, lịch lãm, cung tiền tài bổng lộc không dồi dào vì cô sẽ lấy chồng nghèo. Tuy nhiên cuộc đời của cô chắc chắn là sẽ thong dong hạnh phúc vì cô được chồng yêu cho tới ngày mãn phần.

Tôi chun mũi. Hát cười, tiếp:

- Còn Hát, có lẽ ông ấy sẽ bảo số cậu chỉ xoàng xoàng. Ra trường là cậu sẽ cưới vợ ngay vì người yêu cậu đã khuê phòng chờ đợi nhiều năm. Vận mệnh cậu tầm

tầm, nhưng tương lai hậu tự của cậu lớn. Cậu sẽ có ít nhất là bốn đứa con. Đứa nào sau này cũng học hành đỗ đạt, làm ăn thịnh vượng, nên nỗi. Nếu con gái thì sẽ nhờ phước cậu, con trai, nhờ phước cô. Chỉ có một điều thật không hay cho cậu, là cậu tuổi ngựa mà cầm tinh con... rùa, nên suốt đời cứ phải trung thành với vợ, không bò đi đâu xa được khỏi tầm tay cô ấy.

Tôi phì cười:

- Kiểu này Nga sẽ không dẫn Hát đi coi bói, mà sẽ quảng cáo nhà Hát có xem tướng số, tử vi.

Cận Tết, Hát khoe với tôi:

- Hát đã đặt mua một chậu cúc đại đóa và một chậu mãn đình hồng, chiều ba mươi, Hát sẽ mang tới nhà Nga... tập làm rể.

Hát có vẻ hồi hộp. Còn tôi thì khám phá ra con trai tuy mạnh mẽ, dũng cảm, nhưng chỉ làm được những chuyện đại sự. Mỗi năm tôi "tập làm dâu", đâu có run như Hát bây giờ! Tôi chê Hát nhát gan, Hát cãi:

- Nga chỉ đi mua sắm, rồi Hát mang về biếu mẹ. Không trình thưa vâng dạ, không "đối đầu" với ai, làm sao run được?

Hát sợ đám em tôi trêu. Tôi chuẩn bị cho Hát một sợi ruban cột tóc, một cái kẹp đồi mồi cho con em kế, một trái banh da, một cặp cá lia thia cho hai thằng em út. Hát bảo Hát không "ngán" hai thằng này, mà chỉ ớn mồm miệng của cô em!

oOo

Mùa Xuân vàng óng trên những nhánh mai trước hiên nhà, xôn xao trên sắc phục người qua lại chúc tụng nhau. Tết, tôi vui như trẻ nhỏ. Thềm nhà tôi rực rỡ chậu cúc đại đóa và mãn đình hồng Hát mang lại tặng. Mẹ tôi khen Hát biết lựa hoa. Tối ba mươi, Hát đến, mẹ tôi và Hát ngồi nói chuyện với nhau về quê nhà. Tôi "chầu rìa" ở bên cạnh. Mấy đứa em tôi chưa cần có tiền lì xì đã hớn hở gây sòng, đánh bầu cua cá cọp ỏm tỏi đằng sau bếp. Và hai ông anh lớn của tôi, chắc đang bận hát câu "anh đến thăm em" đâu đó ở nhà bạn gái. Cuối cùng, chẳng ai thèm có mặt cạnh Hát và tôi, để trêu.

Hạnh phúc mượt mà bủa quanh chúng tôi như miếng mứt thơm tho đầu lưỡi mẹ tôi mới vừa làm, như hớp trà sen ngát hương ba tôi vừa mới ướp. Ngồi với mẹ, lâu lâu nghe một câu hữu tình, "tha hương ngộ cố tri" từ mẹ tôi, Hát bạo dạn thò tay xuống gầm bàn bóp khẽ tay tôi. Gần Giao Thừa, tôi đưa Hát ra ngõ chuẩn bị về nhà trọ. Hát chẳng than buồn vì sắp sửa phải đón năm mới một mình, mà cứ hỏi đi hỏi lại, "vui không Nga?". Rồi Hát chúc mừng tôi năm mới bằng những nụ hôn nồng nàn.

Tôi quên mất chỉ cho Hát thấy ngôi sao thiên mệnh. Cũng quên mất cái hẹn chờ hoa nở nửa đêm. Có Hát, tôi quên mất đất trời. Có Hát, mùa Xuân của thiên nhiên chỉ đẹp như một đoạn văn, như một bài thơ, nhưng mùa Xuân của tôi, cả vũ trụ ngọt ngào như lụa nõn, mềm mướt như thành miếng thạch mềm trên đầu lưỡi, óng ả như mớ tơ hồng trên giậu chè tàu đầu ngõ. Tết, tôi áo vàng hoàng hậu đi với Hát đến từng nhà bè bạn, từng nhà thầy cô. Hạnh phúc mát rượi, ngọt lịm trên tay tôi.

Lũ em tôi, mãi đến mồng mười, mới thấy tôi đã có một mùa Xuân vui như... Tết. Cả đám xúm lại bắt tôi dẫn đi ăn, dẫn đi sắm sửa. Tôi kể cho Hát nghe. Hát ngập ngừng một hồi rồi nhờ tôi đi mua thuốc sốt rét cho mẹ.

Tôi bàng hoàng:
- Ai mang về?

Hát cười hiền, siết chặt tôi bằng đôi vòng tay ấm:
- Hát xin nghỉ một tuần...

Tôi bần thần đứng im. Hát nói nhỏ:
- Một tuần, qua nhanh lắm Nga.

Tôi không nói được với Hát lời nào. Bao giờ Hát về quê thăm mẹ, tim tôi cũng thắt lại như thế này. Không phải tôi không muốn Hát đi. Nhưng tôi sợ. Báo chí vẫn đăng tin tức chiến sự hàng ngày. Radio vẫn bình luận về những vùng đất đang giao tranh dữ dội mỗi sáng, mỗi chiều. Vùng quê tôi, vùng quê Hát, dọc Trường Sơn, những vùng oanh kích tự do... Hát vuốt má tôi, trêu:
- Hôm rồi đi coi bói, thấy Nga có vẻ tin.. ông thầy tướng số dữ lắm mà. Nhớ không, ông ấy đâu có nói Hát yểu mệnh.

Tôi giọt vắn giọt dài không dứt. Hát lại cười. Nhưng cười mãi, trêu mãi, vẫn không thấy tôi trả lời,

Hát khẽ rút khăn tay chùi nước mắt cho tôi. Lát sau, Hát cầm bàn tay tôi lên, áp vào má, thầm thì:

- Hôm Tết, Hát có nhắn mẹ, là sẽ về trễ...

Tôi đứng lặng, úp mặt vào vai Hát bùi ngùi. Tôi vẫn ước ao phải chi tôi có đủ thẩm quyền đối với chính mình, có thể tự quyết định được mọi điều, thì chắc chắn là tôi sẽ đi theo Hát những bận như thế này. Hát nói khe khẽ:

- Tội nghiệp, vừa rồi mẹ ở nhà một mình...

Và Hát vỗ về:

- Hát hứa với Nga, vài năm nữa thôi, khi Hát ra trường rồi, tụi mình được quyền đi với nhau, nhất định Hát sẽ dẫn Nga theo bất cứ nơi nào Hát tới...

Tôi lại khóc. Hát dụi mặt vào vũng nước mắt ướt sũng của tôi, trêu tôi bằng mấy câu thơ của Nguyễn Bính. *"Nghe lời anh em nhé. Khóc lóc mà làm chi. Hôn nhau một lần cuối. Em về đi, anh đi...".*

oOo

Em về đi, anh đi...

Hát đã đi hết một giòng sông.

Tôi cũng vừa đi hết một giòng sông.

Giòng sông hai bên bờ lau lách mọc chen nhau. Có những đoạn phù sa mỡ màng, nõn nà những vạt bắp, xanh mượt những thửa ruộng. Nhưng cũng có những đoạn chỉ toàn cát trắng, lác đác vài ngôi nhà, vài bụi mía, vài cây mít cành lá thấp lè tè. Trong trí tôi, chừng như đâu đó, hình ảnh một cô thôn nữ gánh gạo qua làng, bàn chân trên cát mềm, thỉnh thoảng vướng víu đôi mắt nào đó từ phía xa xa, ngượng ngùng vấp một vài sợi dây khoai đang vươn mình ra khỏi luống. Trước mắt tôi, ngọn núi Chóp Chài hiện ra trong sương. Cũng đâu đó, giọng hò đưa về. *Ngó lên Thạch Bích Đá Dừng. Thương cha nhớ mẹ quá chừng bậu ơi...*

Tôi đưa tay vòng ra phía trước, bó gối nhìn xuống giòng sông. Giòng nước trong vắt hiền hòa chảy, lặng lẽ như không có sóng, lâu lâu hiện lên bóng một con chim xoãi cánh thảnh thơi. Cái giòng sông chở ước mơ mà dễ thường đã hơn hai mươi năm chừng vẫn hoàn toàn nguyên vẹn, hoàn toàn tinh khôi trong trí tôi. Cái giòng sông... Đôi con mắt tôi xốn nhức lên. Tôi nhớ đến chuyện mẹ kể ngày xưa ngoại tôi đã xảy chân, rơi xuống đâu đó trên con nước xuôi chảy này, cũng nhớ mẹ bảo chính mẹ, người thôn nữ gánh gạo năm xưa qua làng có lần từng muốn gieo mình xuống nơi đây.

Một nỗi gì, như kim châm trên thịt da, như đông cứng trên giòng huyết đang luân chảy, như tê dại cuối đáy tim khiến tôi không thể mở mắt mình ra được nữa. Tôi úp mặt vào giữa hai lòng bàn tay. Con sông này, thuộc về mình. Thuộc về mình... Tôi nói với tôi. Con sông này thuộc về tôi. Hẳn phải thuộc về tôi...

Hơn nửa đời người, cuộc sống gắn liền với thị thành, nhưng lẩn quẩn trong trí tôi vẫn là một đời sống bình thường giản dị ở nơi ấy, vẫn cái ước mơ buổi sáng được thức dậy bằng những tiếng gà gáy rộn rã, bằng mùi rạ âm ẩm, ngai ngái sau nhà, bằng những mảng nắng vàng xuyên qua mành tre thưa, bằng tiếng người lao xao của ai đó ngang qua ngõ, và buổi chiều được hạnh phúc đứng chờ một khuôn mặt người, một nụ cười tươi tắn rộng mở, một bước chân trở về trên bãi vắng... Đã hơn hai mươi năm, mòn mỏi đi giữa nhân gian, mà lòng tôi vẫn chỉ qui về một chốn rất nhỏ, một nơi rất bé, bên cạnh giòng sông này.

Lúc mới tàn chiến tranh, tôi đã một lần đi hết giòng sông. Mùa Xuân năm ấy, thay cho mai, chỉ có lúa chín trổ vàng rực trên cánh đồng, dăm ba cây vạn thọ trồng trước cửa đôi ba nhà khá giả, và chỉ có nắng trải dài óng ả. Tôi đã đi hết, đến từng ngôi nhà trong làng. Đã hỏi thăm từng con người cư ngụ ở đó. Và cuối cùng đã ra đứng hằng giờ trên bến sông ước mơ của mình, dõi mắt về cuối chân trời.

Tôi đã chẳng thấy gì. Không thấy gì trên giòng sông ấy, bên bến sông ấy, cả trên bầu trời rộng lớn mênh mông ấy. Vậy mà cho đến vừa dợm bước quay đi, rất tình cờ, rất bất ngờ tôi nhìn xuống chỗ mình đang đứng, một vỏ đạn đồng, và một mảnh kim loại vỡ ra từ trái pháo nào đó bỗng hiện ra. Tôi đã sững người đứng lặng, rồi bàng hoàng cầm chúng lên tay. Chung quanh tôi im ắng vô cùng, nhưng lòng tôi bão sóng. Đất trời tĩnh lặng vô cùng nhưng trái tim tôi òa vỡ.

Tôi bật lên những tiếng khóc uất nghẹn. Tôi bật lên tiếng kêu não nề.

Đã xa xôi mất rồi, một khuôn mặt người, đã không còn nữa rồi, một bờ vai cho tôi tựa khi lệ tôi chảy dài.

oOo

Tôi bó gối, gục lên hai cánh tay để vòng.

Tiếng máy lích kích rồi ngừng hẳn lại. Trên màn ảnh hiện lên vài đốm chớp chớp trước khi chuyển sang màu trắng. Tôi vừa đi hết giòng sông một lần nữa bằng cuộn băng hình bên nhà mới gửi sang. Tôi vừa nhìn thấy lại hình ảnh của những ngày vừa tàn chiến tranh. Tôi nhận ra đã hơn hai mươi năm, nhưng vẫn chẳng có gì thay đổi nơi quê nhà tôi. Phù sa vẫn lở vẫn bồi hai bên giòng sông thân yêu ấy. Vẫn nõn nà những vạt bắp, vẫn lấp xấp những miếng ruộng vừa xanh mạ, vẫn xao xác những mái ranh, những tiếng gà...

Vẫn giòng sông. Vẫn quê hương...

Vẫn tận cùng trong xương tủy tôi, cơn đau nhức quẫy lên. Mười tám, hai mươi năm đã trôi đi. Đã có nhiều mùa Xuân, nhiều cái Tết trôi đi. Nhưng trong mắt tôi, mọi sự gần như chỉ vừa mới xảy ra, hôm qua. Hôm kia.

Hơn hai mươi năm, nhưng chừng một đóa cúc, một màu hoa hồng phơn phớt ai đó trồng ngoài hiên, trên thềm nhà thoạt trông thấy, mà phải gắng lắm tôi mới không bật lên một tiếng kêu đau đớn. Mới không gọi lên tên một người.

Hát ơi.

Hát ơi.

Giòng sông ấy, con nước ấy vẫn đang xuôi chảy khi hiền hòa, khi dữ dội, khi yên ắng, khi lao lung, tôi nơi kia, nơi này, khi quên, khi nhớ, khi quay quắt, khi bình tĩnh, khi lặng lẽ, khi cuồng giông, lòng vẫn ăm ắp hình ảnh những ngày cận Tết, những ngày Tân Xuân. Nhiều năm, nhiều ý niệm về hạnh phúc, về tình yêu..., guộc gầy dần theo tuổi tác, mỏi mòn dần theo tháng năm, và tôi, vẫn như người chung quanh thường nhận xét, sống mà thấy giống hệt một cái bóng phất phơ giữa đời.

Hai má tôi ướt lạnh. Tôi ngửa mặt nhìn lên trần nhà. Mùa Xuân nào đã qua đi, đời sống nào đã thay đổi, hình hài nào đã về với cát bụi, nhưng tôi, chắc chắn cho đến tận cuối đời vẫn không thể nào quên được câu nói. Tết, Hát ở lại, không về.

∎

MÁ

Má nói, "ở đây cũng yên lắm". Má nói, giọng rất chắc chắn, nhưng một hồi sau, má lại chặc lưỡi, "ờ, mà thỉnh thoảng buổi chiều thì có pháo kích".

Má ngó bâng quơ ra ngoài lộ, "nên chiều, đừng lên đây làm gì. Cứ ở dưới hầm cho chắc ăn nghe con".

Má nói "thỉnh thoảng", nhưng chiều nào má cũng bắt ăn cơm sớm, quần áo chuẩn bị để tản cư phải sẵn sàng để bên cạnh, và muốn hay không, cũng phải chui xuống hầm. "Cho chắc ăn". Má nói mình bắn canon bên này, tụi nó pháo từ phía bên kia.

Cái quận má đang làm việc, má khen "yên tĩnh" vì má kể chung quanh đó có nhiều binh chủng khác nhau đang đóng quân và nhiều binh chủng khác ở xa hơn nhưng lúc nào sẵn sàng yểm trợ. Rồi má kể ra những binh chủng nào đóng ngay tại quận và binh chủng nào ở xa. Đì đùng là có tiếp trợ à con. Má nói vậy.

Nhưng nghe má nói, chứ trong trí đám con nít ngồi bên cạnh má hồi đó, có hình dung cách gì đi chăng nữa, thì tất cả các binh chủng cũng đều... giống nhau. Họa chăng chỉ trừ một vài binh chủng có trang phục đặc biệt như hải quân mặc màu trắng, hay phi công mặc loại áo liền quần, chẳng hạn. Còn lại, biệt động quân, thủy quân lục chiến, biệt kích hay nhảy dù..., hình như binh chủng nào cũng quần áo vải hoa, đội nón béret, và đi... giày. Thì phải! Hoặc như bộ binh, pháo binh, địa phương quân có lẽ đều tương tự nhau trong quân phục màu xanh lá!

Má đổi về cái quận lỵ xa xôi này cũng lâu lắm rồi. Hồi trước ba với má sống với nhau không có con, má cưới vợ cho ba, rồi má thôi ở với ba. Má theo đạo công giáo, đi làm công chức. Lâu lâu má về thị xã lãnh lương, ở lại nhà. Hàng xóm và người quen vẫn kêu má là chị Năm, vợ ông thầy. Má lãnh lương ở Hội An, sáng má đi chiều má về. Mua cao lầu cho ba và mì Quảng cho mẹ. Ngày hôm sau má dắt một bầy ra phố, sắm sửa, đi ciné và ăn quán ăn hàng.

Gia đình má ngày xưa ở Vientanne. Má qua Việt Nam một mình, học làm nữ hộ sinh ở Nghệ An. Hôn nhân má trắc trở, má bỏ đi. Trên chuyến tàu từ Vinh ra Hà Nội, má gặp ba. Rồi má ở lại Việt Nam, nhận Việt Nam làm quê hương. Má nói tiếng Việt rất sõi, giọng Quảng Nam pha Nghệ An. Lâu lâu má bị chọc quê chữ ích đọc thành ít, mục đít, tìn địt, chim chít chòe. Ở nhà có chuyện gì quan trọng, ba, má và mẹ nói với nhau bằng tiếng Lào. Đám con trong nhà nghe được "bò mi ngân", không có tiền, "kinh khầu", ăn cơm...; và nghêu ngao hát "mè thầu ơi, lục khơi ma lèo..." mà không hiểu gì hết.

Má không bao giờ kể chuyện quê hương thật của má. Mà nói, "má đi lâu rồi, quên hết chuyện cũ". Nhưng có lần gặp một người Lào trước nhà, má đứng nói chuyện rất lâu, mặt má rạng rỡ, giọng nói giọng cười hân hoan như đang trẩy hội. Lớn lên, xa quê hương rồi, mấy chị em mới biết làm sao mà má quên được quê cũ, làm sao mà má không nhớ nơi chôn nhau cắt rốn của mình. Ba có kể thuở má rời Vientainne, má sắp sửa hai mươi tuổi.

Mùa hè năm đó, má thuyết phục, hiệp định Ba Lê ký rồi, ngưng bắn rồi, nên chỗ làm việc của má "cũng yên lắm", rồi má năn nỉ cho mấy chị em lên chơi cho biết. Mẹ lo, hỏi có gì ở đó. Má không biết trả lời sao. Nhưng mấy chị em lao nhao đòi đi nên cuối cùng mẹ cũng phải đành đồng ý. Nhưng hình như phải mất cả hơn tuần sau, mấy chị em mới được xếp quần áo vào giỏ xách theo má rời khỏi thị xã.

Từ thị xã, đón chuyến xe sớm, lắc lư trên chuyến xe đò chật cứng người, đến xế chiều mới tới nơi. Dọc đường, xe phải ngừng lại nhiều lần ở những trạm kiểm soát, và phải chờ xe rà mìn chạy trước. Nhiều đoạn, chừng như hai bên đường chỉ có cỏ khô và đồng ruộng hoang vu cằn cỗi, không thấy bóng dáng người.

Lên đến chỗ má ở. Cái quận lỵ buồn hiu hắt, mỗi ngày chỉ có một chuyến xe đò chạy qua trước con đường đầy bụi. Xa xa cách trạm xá má làm việc, đìu hiu một vài căn nhà gỗ lợp tôle. Và hầu hết những người ở đó đều làm việc cho phòng hành chánh của quận. Má nói ngày xưa có mấy người biết chơi dominos, sau này họ đổi đi nơi khác, má không còn biết giải trí bằng thứ gì.

Mấy chị em lên chỗ má cũng không biết giải trí bằng thứ gì. Má ở phía bên trái trạm xá, phía bên phải dành cho sản phụ. Lúc không có sản phụ, các căn phòng chỉ những chiếc giường trải drap trắng, vắng ngắt đến lạnh cả người. Mấy chị em không đứa nào đủ can đảm léo hánh qua đến đó. Má có bàn cờ tướng và mấy bộ bài. Chơi tam cúc, chơi qua cạc tê chán, cả đám ngồi ngó nhau.

Qua được vài ngày, má lùa xuống hầm sau giờ cơm chiều, hai con nhóc em vớ được mấy cuốn truyện Tuổi Hoa không biết của ai để quên, và hai cuốn của Mai Thảo vẫn còn mới tinh. Nói truyện... ông kẹ này để cho "bả" đọc. Nhà ở thành phố nhiều truyện "ông kẹ", ba và các anh không cho rớ tới. Sợ tiêm nhiễm thói lãng mạn. Lên ở với má, thích gì má cũng chiều, nên nói với má ngày mai tụi con ăn cơm dưới hầm luôn. Mười ba tuổi, đọc "Đêm giã từ Hà Nội", "Sống Chỉ Một Lần", mấy mươi năm sau mới hiểu tại sao thuở đó ba chưa cho đọc truyện người lớn. Má thấy, hỏi truyện này có lớn quá không con. Đáp con đọc chơi thôi mà. Má im lặng, rồi cười, leo lên mấy bậc thang.

Đi chơi với má, thăm chỗ làm của má, suốt ngày nằm dưới hầm đọc truyện, lâu lâu má chạy xuống hỏi thích ăn gì. Những thứ ba không cho ăn ở thành phố, sợ độc, đòi gì má cũng mua, cũng làm. Kỷ niệm với má, có lẽ vui nhất là lần đi thăm má ở cái quận ly xa xôi và khá mất an toàn kia. Câu má hỏi nhiều nhất trong ngày là "ở đây buồn quá hả con?". Đáp không. Má lại hỏi "không có truyền hình để coi con có buồn không?". Trả lời không, má yên tâm đi làm việc, nhưng năm bảy lát sau lại trở về câu hỏi đầu tiên.

Ở phía sau bịnh xá má làm việc có khoảng đất trống, má nói đất đai cằn cỗi quá chỉ trồng được mấy bụi khoai mì và mấy luống rau muống khô. Mà thật ra cây ăn trái lâu năm ở đây không ai dám trồng, sợ "tụi nó pháo vào". Hỏi má chỗ nào có cây trái là nhà dân mà má. Má cười, nhà dân tụi nó mới pháo. Mười ba tuổi, con gái thành thị, làm sao mà hiểu nổi trên đời lại có loại người "nhà dân tụi nó mới pháo".

Một xế chiều, nghe má băn khoăn hoài câu "tụi con có buồn không", mấy chị em kéo nhau ra sau bịnh xá ngắm mấy đọt khoai mì mỏng mảnh, ngó đám rau muống ốm nhách đang cố rướn mình lên khỏi đám đất cằn khô. Má nói không có thứ gì cho tụi con ăn chơi cho vui. Hôm qua má lùi khoai lang và nấu xôi bằng ống tre, loại xôi đặc biệt của người Lào. Má nướng cả con gà gói trong lá chuối, bên ngoài bọc đất sét. Con gà lúc mở ra thơm phưng phức và ngọt lịm. Không lẽ đòi má làm cái món phức tạp hoài, nên trả lời tụi con đâu có cần gì. Má ngồi nghĩ tới nghĩ lui một hồi rồi nói tối má gói bánh nậm và làm bánh bột lọc cho ăn. Xong má đuổi trở vô nhà, nói sợ tụi nó pháo vào.

Tới bữa cơm, má kho thịt gà. Nồi thịt kho sệt, bóng nước màu và thơm mùi tiêu làm khi không chợt nhớ đến đám rau dền mọc dại ngoài vườn sau của má. Nói con thèm ăn rau dền luộc chung với rau sam. Má chặc lưỡi, rau dền thì dễ, mà rau sam ở đây đất khô quá không biết có hay không. Con nhóc em nói con thấy giữa đám rau muống có rau sam. Nghe, má lật đật chạy ra vườn. Trời chiều sắp sập tối, nắng còn nhiều lắm một vài giọt rớt trên hàng rào kẽm gai phía trước nhà. Vài tiếng cắc bụp bắt đầu nghe loáng thoáng ở đâu đó vọng về, và tiếng muỗi bắt đầu vo ve. Vậy mà ra ngoài, hồi lâu má trở vô với mớ rau dền và một mớ rau sam. Má dặn hai con em, luộc chung, nhưng phải để dành riêng cho chị.

Má làm việc ở đó cho đến năm má bị thương. Bị pháo kích. Đức Dục mất, Thường Đức mất, má về thị xã dưỡng thương. Con đường từ thị xã đến chỗ má ở bằng phẳng, không trạm kiểm soát, không đì đùng canon, không trọng pháo, không cả M16, K54 tạch đùng bắn lẻ, nhưng chẳng mấy đứa đi thăm má thường.

Má dưỡng thương, rồi vết thương má lành, má làm việc trở lại. Cuộc đời trôi đó đây, thời cuộc đẩy con người trôi đó đây. Mấy mươi năm sau, má đi xa hơn, xa tít xa. Về ngàn. Chỗ má ở nương rẫy xanh cây trái. Lần cuối cùng đi thăm má đã có xoài, có mít ăn cho vui. Nhưng hình như đã tới lúc không còn muốn ăn cho vui. Đứa con xa nhà sợ mập. Sợ đủ thứ. Má đuổi bắt con vịt. Lúc ăn thịt vịt luộc chấm nước mắm gừng, không phải cho vui mà cho má vui, nhắc chuyện ngày xưa đi thăm má. Nhắc xôi nướng ống tre. Và gà nướng đất sét. Má nói má làm hết nổi rồi. Và má cười, bảo lần này gặp con chắc rồi thôi. Chậc lưỡi với má, đáp thôi sao được. Nói, con ở bên kia một mình, hiểu má đã cô đơn ra sao. Má cười. Hàm răng rụng gần hết. Móm mém.

oOo

Cuối cùng má đi xa hơn. Về tận bên kia cõi người. Ngày má đi, nghe kể lại má bình yên. Ngày má đi có mây trắng bay. Có trời xanh biếc. Và không có súng đạn. Má nằm một chỗ rất an lành, ở vùng đất đỏ.

Bao nhiêu năm lưu lạc phương trời, những lần trở lại, chẳng bao giờ nghĩ má xa xôi đến vậy. Lúc đi viếng má, không thấy má vào ra ở ngôi nhà gỗ lim, cứ tưởng như má đang lui cui hái rau ngoài vườn. Rau sam. Dẫu dường như chỉ được ăn bữa rau ấy là lần cuối cùng. Ở quê hương.

Má đi bao nhiêu năm. Buổi chiều ở thành phố miền trung bắc Mỹ, nơi chỉ vài ba tháng nắng còn suốt năm trường giá lạnh, những ngọn rau màu hồng tia tía tím vươn mình ra cuối chân rào đã làm sững người đứa con lưu lạc chân trời. Thật không thể nào tưởng tượng cái thứ cây chỉ mọc dại bên kia chân trời lại có mặt, lại hiện diện ở vùng trời này. Như huyền thoại. Như cổ tích.

Thật không thể nào tưởng tượng được những ngọn rau với thân mập mạp lòa xòa đám lá nhỏ, dày, và căng đầy nhựa sống dường chỉ sống ở miền nhiệt đới lại có thể tồn tại sau nhiều tháng giá tuyết lạnh lùng.

MÁ   31

Cũng thật chẳng thể nào tưởng tượng bao nhiêu năm ký ức về má lại rõ nét, lại ngọt ngào hiện ra như một giòng suối mát, như một áng mây xanh tươi giữa trời như vậy.

Đã có rất nhiều năm đứa con xa nhà đan chiếc áo, móc chiếc khăn quàng, nhớ đến má đã dày công chỉ vẽ. Khi nấu miếng cơm nếp mềm mại không đong nước mà không cần dùng chõ xôi, khi kho miếng thịt tươm màu nâu bóng loáng mà không cần thêm dầu ăn, cũng chỉ nhớ đến má đã ân cần dạy dỗ...

Nhưng buổi chiều nay khi hái ngọn rau sam vào luộc, nghe vị chua chua trên đầu lưỡi, và nghe giọt nước mắt tràn ra thật nóng trên vành mi, lòng hỏi lòng, thật xót xa, không hiểu bây giờ má có biết con đang nhớ má?

■

NGƯỜI ĐÀN BÀ MUỐN LÊN ĐỈNH NÚI

Có lần Khê nói với tôi ước gì được lên đến tận trên đỉnh núi.

Cái đỉnh núi thật ra không cao gì lắm, cũng không cheo leo hiểm trở hay dốc đứng để có thể phải dùng chữ ước ao, nhưng Khê chưa lên đến tận nơi nên ước ao. Tôi rủ Khê bao giờ tôi về quê nội, sẽ nói ba tôi xin phép cho Khê đi cùng. Tôi vẽ vời hai đứa sẽ ra đứng ở nơi cao nhất của đỉnh đèo, đưa tay hái mây trời, ngó xuống cuối vực thẳm để biết mình đang ở chót vót như tôi vẫn thường vòi vĩnh bắt ba phải cho tôi được làm. Tôi nói lên đến nơi ấy là có thể tưởng tượng đã leo tới đỉnh núi Khê mơ ước. Khê lắc đầu:

- Tau không muốn đi bằng xe hơi. Khi tau nói là lên tới đỉnh, có nghĩa là phải leo bằng hai chưn.

Leo bằng hai chân. Ở một nơi đang xảy ra chiến trận mỗi ngày. Ở một nơi đạn bom không biết của phe nào sẽ rót vào mình lúc nào đó. Ở một nơi ngay cả người đang phải tham dự vào những trận đánh nhau cũng thấy lắng lo. Ở một nơi Khê không được phép tới.

Con nhỏ lạ đời. Nhất là cái lứa tuổi ngây dại của chúng tôi thời đó. Tôi lắc đầu, nói thôi đợi bao giờ hết chiến tranh, hay sau này học xong đại học, đi làm có tiền rồi qua Ấn Độ leo lên Hy Mã Lạp Sơn cho tiện thể. Khê đáp đi Ấn Độ thì còn có thể làm được, chớ quê hương mình biết tới chừng mô mới hết chiến tranh. Tôi trêu Khê, biểu ông Quân đánh trận giỏi giỏi là hoà bình, là hết chiến tranh. Khê im.

Khê lớn hơn tôi vài tháng. Con nhỏ nói mi con nít dễ sợ. Tôi cãi lại mi già khú để. Tôi đọc thơ, *em dấu trong sách vở một chút gì hắt hiu, nhiều khi hồn bỡ ngỡ, hình như là tình yêu,* rồi đọc, *thuở em còn sợ sang đường áo bay,* thì Khê nói thơ Bắc Sơn đọc ngậm ngùi, *mai ta đụng trận ta còn sống. Về ghé Sông mao phá phách chơi.*

Thời chúng tôi mới bắt đầu để ý con trai, hầu hết đứa nào cũng mơ tưởng tới bạn bè của mấy ông anh học đại học ở Sàigòn thỉnh thoảng về thăm nhà những dịp Tết, dịp hè, -những chàng tuổi trẻ tóc bay, mơ màng thả khói thuốc bên ly cà phê đắng, nghe nhạc Lê Uyên Phương, Từ Công Phụng, kể chuyện phòng trà ở thủ đô, thì Sơn Khê chọn một ông lính làm người yêu. Một ông lính. Tôi đã không thể nào hiểu nổi tình yêu đầy nước mắt của con nhỏ. Yêu lính, yêu người không biết sống chết khi nào, yêu người lớn hơn mình năm bảy tuổi, chẳng đẹp trai cũng không oai hùng gì mấy vì chức không lớn, phận không cao, mà lại phải chịu những trận đòn của cha mẹ khi trốn nhà đi chơi những lần người ấy về phép, thì quả thật phải nói là con nhỏ gan cùng mình. Vào những ngày chúng tôi nghỉ Tết, cuối tuần nhởn nhơ phố xá, Khê theo đoàn đoàn văn nghệ trường đi tiền đồn, đi hát ủy lạo thương bịnh binh. Con nhỏ nói có nhìn thấy lính ở những nơi như thế mới thấy thương lính. Nghe vậy, tôi thử đi theo Khê một đôi lần, xót xa thì có xót xa, nhưng không thể thương như con nhỏ đã thương. Tôi nói với Khê, tới những nơi đó, về nhà tôi không ngủ được. Hình ảnh thương tích và chết chóc ám ảnh tôi. Khê bảo, khi mô mi có người yêu, mà người yêu là lính nữa thì mi sẽ hiểu.

Thời thiếu nữ, tôi chẳng quen người con trai nào đi chiến đấu, ra trận mạc, tôi không có cơ hội thấu hiểu được những tình cảm của Khê dành cho người yêu, dành cho những người lính. Đến lúc nước mất, và người yêu cũng không còn, nhưng Khê thì vẫn vậy, vẫn tràn trề những tình cảm ngày còn có Quân, càng khiến tôi ngạc nhiên hơn. Tôi nói, mi sống chi lạ Khê nờ. Khê không trả lời, chỉ lặp lại câu nói khi mô mi có người yêu rồi sẽ hiểu được tau. Và Khê nhấn mạnh thêm, có một mối tình ra một mối tình.

Một mối tình ra một một mối tình, cái kiểu nói của Khê nghe có vẻ đơn giản, có vẻ dễ hiểu như hằng ngày nói chuyện ăn cơm uống nước, nhưng lớn lên thêm vài tuổi, có người yêu, và rồi lấy chồng, tôi cũng chỉ lờ mờ hiểu điều Khê muốn nói.

Ngày gia đình tôi lẫn Khê dọn vào miền nam sinh sống, buổi chiều hôm trước khi đi, Khê lên nhà tôi đứng tần ngần trong khung cửa sổ nhìn về phía ngọn núi mờ mờ mây bay. Khi quay lại thấy tôi nhìn, Khê bảo nghe nói miền nam hiếm núi cao. Tôi nhìn theo, nghĩ đến câu ca dao mà buồn trong bụng. Núi cao chi lắm núi ơi, núi che mặt trời không thấy người thương...

Núi che mặt trời, mây khuất vầng trăng. Quân của Khê xa, xa vời bên kia núi bên kia đồi. Khê nói với tôi, tau nghĩ chắc anh Quân đã tử trận. Và Khê xót xa xác anh đã không được mang về trong quan tài phủ cờ vàng, không được tiễn anh đi trong tiếng quân nhạc vĩnh biệt, không được một lần sờ soạng trên tấm poncho gói hình hài anh ngày anh trở về đất mẹ. Và không được nói với anh lời giã từ.

Quân xa vời. Người yêu xa vời, bạn tôi còn lại một mình giữa cõi nhân gian, không còn nhắc đến ước mơ.

oOo

Vào miền nam, tôi và Khê đi học lại. Đi học dưới sự quản trị của những con người hô hào chủ nghĩa bách chiến bách thắng, những ngày nghỉ hè không còn phố xá thị thành, không còn nhởn nhơ chân sáo. Chúng tôi đi đào kinh, vét mương, trồng đậu trồng bắp, tưới tắm bằng mồ hôi và sức lực mình trong tủi cực. Thanh xuân trôi mất theo tháng ngày. Khê hỏi tôi:

- Hồi xưa đi ủy lạo thương binh binh, về nhà mi đau lòng không ngủ được. Chừ đi lao động khổ sai về nhà mi đau gân cốt rồi có ngủ được không?

Tối hai đứa nằm cạnh nhau trong lán tre, gió luồn qua vách lá mỏng manh, lạnh vai gầy, lạnh ê cả chân răng. Tôi nhức mỏi trở trăn. Khê phì cười. Lào xào nhắc chuyện ngày xưa đi văn nghệ tiền đồn được nhà trường cưng, được chiến sĩ cưng. Tôi khe khẽ nhắc Khê coi chừng mấy con nhỏ chi đoàn, mấy con đang muốn lập công sẽ đem chuyện Khê nói tâu lên "trên". Khê lại cười:

- Mấy con cốt đột nớ nghe giọng Huế không ra mô.

Khê chừng không ngán con nào. Con nhỏ bảo cùng lắm tụi hắn bắt tau nghỉ học. Mà nghỉ học kiểu nớ tau có dịp khỏi phải đi học mà không sợ bị ba mạ tau la. Tôi cãi:

- Ông bà già bắt mình tới trường để khỏi bị bắt đi những thứ khác.

Những thứ, bộ đội, thanh niên xung phong chẳng hạn. Khê thở dài. Tôi nhớ ngày xưa trốn học đi chơi với người yêu, bị đồn, nhưng chưa bao giờ bạn tôi thở dài.

Lần đi đào kinh vét mương cuối cùng, tình cờ gần chỗ những người lính thất trận chịu đòn thù, vừa kịp nhận ra những bộ quần áo tù xanh tai tái từ xa xa, Khê đã sững người rồi bật khóc. Khê nói với tôi, họ đang đổ nước mắt, máu, và mồ hôi cho những mỹ từ cải tạo, lao động. Con nhỏ hỏi tôi, can chi mà cải tạo, mắc mớ chi mà cải tạo chớ. Tôi không biết nói gì để làm con nhỏ dịu xuống. Tối, Khê nhịn phần khoai củ của mình, lấy tờ giấy báo mang theo gói kỹ rồi đặt cạnh bên. Con nhỏ dặn tôi:

- Mi phải canh chừng giùm tau. Mấy con cốt đột đói triền miên, biết được tau chưa ăn, dám ăn cắp của tau lắm.

Thật ra đâu chỉ mấy con cà chớn cốt đột mới biết đói. Nằm cạnh tôi, bụng Khê reo như tiếng sóng. Khoai củ tầm thường khi không có thức gì trong bụng, cũng dậy mùi. Nằm một lát, Khê trở dậy ôm gói giấy báo vô lòng. Lúc chiều con nhỏ nói với tôi, ngày mai tau mang ra chỗ lao động, kiếm chỗ để cho mấy anh. Tôi đã thở dài. Đáp có mấy củ khoai, ai ăn ai nhịn, và nhắc lỡ bị thầy cô bắt gặp thì phiền. Con nhỏ lắc đầu:

- Tau không sợ phiền toái chi hết. Làm chi được thì làm mi ơi.

Làm chi được thì làm. Lời Khê nói khiến tôi chột dạ. Tôi đã chẳng làm, cũng không đủ can đảm ủng hộ bạn. Lời Khê nói khiến lòng tôi bứt rứt không yên. Tôi thấy mình vừa tầm thường, vừa hờ hững. Và thấy tấm lòng bạn mênh mông như biển, chập chùng như núi cao.

Ở miền nam vài năm, một lần bè bạn rủ nhau đi núi Bửu Long ở Biên Hòa cho biết. Đến nơi, đứa nào cũng khen phong cảnh đẹp, nên thơ và trữ tình. Khê leo lên ngồi trên một phiến đá ngó đông ngó tây rồi nói với tôi:

- Hồ là hồ nhân tạo, núi là núi thấp, có chi mô mà khen.

Và rồi Khê chặc lưỡi, nhớ núi non xứ mình không. Chỗ mô cũng đẹp dễ sợ. Lẽ ra nghe câu nói ấy tôi phải cười con nhỏ địa phương tính, nhưng ngược lại dưng không tôi bỗng nhớ đến chuyện cũ. Nhớ đến ước mơ của Khê. Tôi vặn hỏi Khê có còn muốn về thị xã, leo lên đỉnh núi ngày xưa hay không. Tôi nói:

- Chừ hết đánh nhau, leo núi không còn sợ bị lạc đạn nữa.

Khê quay lại nhìn tôi. Cười. Cái nụ cười buồn hiu tôi chưa bao giờ thấy. Cái tia nhìn sưng sững làm tôi bối rối không biết nhìn đi đâu để tránh né. Tôi chớp mắt, đành lòng chờ một cái gật, một cái lắc đầu. Nhưng không, cười và nhìn tôi một lát rồi Khê quay đi, đưa mắt loanh quanh trên những tảng đá rồi Khê nói bâng quơ:

- Ông bà già tau đặt chi cái tên Sơn Khê nghe buồn dễ sợ.

Tôi lặng người làm thinh. Lòng nhói lên nỗi ân hận vì biết mình đã lỡ lời. Biết mình đang gợi lại những điều Khê không muốn nhắc đến. Tôi ngó Khê chăm chăm. Nhưng con nhỏ làm như đang bận bịu ngắm nghía gì đó dẫu mới vừa chê phong cảnh không đẹp, đã không hề quay nhìn lại tôi lần nữa. Tự dưng buổi đi chơi hôm ấy bỗng trở nên buồn bã mặc dù Khê vẫn cười vẫn như không có chuyện gì. Buổi tối về đến nhà nằm vắt tay lên trán, tôi cứ muốn khóc. Cứ muốn tung chăn chạy đến nhà con nhỏ nói lời xin lỗi nhưng ngập ngừng mãi mà không dám đi. Bởi tôi biết nếu tôi có tìm đến nơi, cũng chỉ nghe được câu nói, có chi mô mà mi xin lỗi, mà mi để trong lòng.

Những ngày sau đó, cả những tháng năm sau đó, bao giờ gặp nhau, tôi cũng ước ao thầm Khê sẽ bật ra một lời trách móc nào đó cho tôi nhẹ lòng. Nhưng cũng như hôm ở núi Bửu Long, con nhỏ chẳng nói gì cả. Cũng chẳng khi nào nhắc lại chuyện cũ, nhắc lại ước mơ năm xưa. Mãi mấy năm sau, trước ngày tôi lấy chồng, khi Khê đến nhà tôi, hai đứa nằm nói chuyện tào lao, con nhỏ mới bảo:

- Lấy chồng... Thiệt tình là tau không tưởng tượng ra được cái đời sống có hai người ra răng, nhưng mà nghĩ tới mai mốt đây, mi với tau khó có dịp nằm tâm sự tủn mủn như ri là đủ buồn.

Tôi nói tau lấy chồng ở ngay đây chớ có phải qua Tần qua Sở, hay cổng Hồ cổng Xiêm chi mà mi nói mấy chữ không có dịp nghe buồn. Khê không trả lời, nhưng đột ngột con nhỏ bỗng chuyển sang giọng ngậm ngùi tâm sự:

- Mi biết răng không, giả tỉ hồi nớ ông bà già tau cho phép, thì dám tau cũng lấy anh Quân mất rồi...

Con nhỏ úp hai tay lên ngực, ngửa mặt nhìn lên trần nhà, tiếp:

- Nghĩ lại hồi nớ mới mười sáu mười bảy, chưa biết làm vợ, nhứt là làm vợ lính ra răng, chỉ mới làm người yêu của lính đã mòn mỏi đợi chờ, mòn mỏi thương nhớ, đâu có biết làm vợ lính, làm mẹ trong cái hoàn cảnh binh biến nớ còn khổ thêm biết bao nhiêu lần, rứa mà không hiểu răng tau không thấy sợ. Hoàn toàn không sợ chút mô hết mới lạ. Cứ như tau thấy mình là bông hoa, là cây cỏ cần nắng ấm, còn anh Quân là mặt trời, là ánh dương chiếu rọi xuống đời tau. Tau chỉ muốn lao về phía có người tau yêu. Rứa thôi.

Rứa thôi. Vậy thôi. Đơn giản, hoàn toàn đơn giản như câu Khê từng nói với tôi, khi mô có một mối tình ra một mối tình, mi sẽ hiểu tau. Nằm im bên cạnh tôi một hồi rồi Khê chép miệng:

- Tình yêu thời mười sáu, mười bảy ngó rứa mà dữ dội ghê.

Ngó vậy mà dữ dội đến nỗi bè bạn đứa nào rồi cũng sang ngang, còn Khê thì cứ ở vậy. Con nhỏ không muốn có chồng, không muốn lấy ai dẫu cũng có một đôi cuộc tình, một đôi hò hẹn ngắn ngủi, đến nhanh rồi bay nhanh đi như mây trời với con nhỏ. Nhiều khi thấy Khê vào ra một mình, tôi nửa đùa nửa thật bảo:

- Mi hay nói đời sống chừ là đời sống tạm bợ, tầm gửi và tầm thường, nhưng mi thấy đó, không muốn mà mình vẫn phải sống vì không thể chết được như ý muốn, và rồi cũng chẳng biết tới khi mô mới được chết, nên tau cứ tự hỏi không biết mi có nghĩ tới lúc mô đó mi sẽ thay đổi kiểu sống của mình hay không?

Khê bật cười. Cười dòn dã. Và Khê hỏi lại tôi, như vậy thì theo tôi, Khê nên đi ra nước ngoài hay lấy chồng để thay đổi đời sống. Khê làm tôi im. Thật tình im vì chẳng biết trả lời sao nên đành im. Bởi một trong hai điều vừa nói ra với Khê ấy, tôi đã thực hiện, và đã thấy rõ ràng chẳng những đời sống tôi hoàn toàn không thay đổi được điều gì cho riêng mình đã đành mà chừng như còn đang tự gánh thêm những phiền muộn, u ám. Tôi chặc lưỡi:

- Tau cũng không mong chi chuyện mi lấy đại một người như bao nhiêu đứa tới tuổi lập gia đình đã làm, nhưng tau xót ruột vì mi cứ ra vô không màng tới chung quanh.

Tôi không dám nói tôi thấy Khê như u ẩn, như khuất tất quá. Khê nhìn tôi, cười:

- Bộ mi sợ tau bị điên vì cô đơn hả?

Tôi lại im. Khê lắc đầu:

HOÀNG NGA

- Thiệt ra thì mi cũng thấy, những người tới với tau chẳng phải không có đủ những điều kiện thích hợp với nhu cầu tầm tầm hằng ngày của tau, cũng chẳng phải vì họ không yêu tau đủ, nhưng chỉ bởi một cái lý do giản dị nhứt ở phía tau là tau yêu không được nữa. Không thể. Y như có cái chi đó chắn ngang, đè nặng trong tâm tư tau làm tau không thấy hào hứng trong chuyện bắt đầu lại một mối tình, bắt đầu một cuộc sống khác.

oOo

Khê nói với tôi, tàn chinh chiến rồi, nhưng chỉ có nghĩa là không còn những trận đánh bằng vũ khí, bằng súng đạn, còn lòng của con người thì tan tác hơn chiến tranh. Lòng con người, như một mảnh trăng vụn, một phiến đá mòn trơ trọi dưới chân đồi. Lòng của bạn tôi không còn chỗ để có thể chứa đựng thêm một bóng hình.

Những ngày chúng tôi sống vật vờ loanh quanh trong thành phố ấy, kề cạnh bên nhau mấy con đường, nhưng rất khó gặp nhau, rồi tôi rời xa. Xa tít xa. Mấy dặm sơn khê như Khê thường hay đùa. Khê ở lại cái thành phố không còn tên ấy một mình. Ngày qua ngày, bình thường, tầm thường, như lời Khê viết. Những lá thư Khê gửi cho tôi, có nhiều lúc dài đến mấy trang giấy, nhưng chừng như chỉ vài ba câu nói đến cuộc sống thường nhật của mình, hầu hết Khê nhắc đến những kỷ niệm thời còn đi học ở thị xã. Trong đó có những kỷ niệm mà nếu như Khê không kể tỉ mỉ từng chút một, dễ chừng tôi đã quên mất. Hay có nhớ, cũng chỉ là lót sót những chi tiết thật mập mờ.

Nhiều năm xa nhau, lần nào đọc thư Khê, tôi cũng khóc. Lần nào tôi cũng buồn. Buồn đến nỗi một hôm nhận được lá thư Khê nói, sầu nơi đây cạn lòng mi ơi, tôi đã vội vã, lật đật chạy ra văn phòng du lịch mua cái vé đi về mà không cần hỏi con nhỏ sầu vì sao.

Tôi về, ngồi với Khê trong quán cà phê, lang thang với Khê qua những con phố từng có thời hai đứa học chung với nhau ở thủ đô. Rồi tôi về nhà Khê, nằm ngửa mặt nhìn lên trần, như ngày tôi sắp lấy chồng, ngày tôi sắp rời quê nhà, Khê đến để giã từ. Khê kể cho tôi nghe chuyện Khê đi du lịch. Đi Ankor wat, đi vạn lý trường thành. Và đi Ấn độ. Khê bảo:

- Mi có thể tưởng tượng được không, là tới chỗ mô rồi cũng thấy giống như nhau. Cũng thấy ngùi ngùi ở trong lòng những thứ tình cảm kỳ lạ. Nhớ có lần mi nói với tau, mai mốt lớn đi làm có tiền, leo Hy Mã Lạp Sơn để tưởng leo lên ngọn núi tau mơ ước. Nhiều năm trời mà chẳng biết răng tau không quên câu nói nớ. Tau đi chỗ nọ chỗ tê. Bữa tới Hy Mã, tau nghĩ mình nên leo lên ngọn núi nớ cho thấy mình ngút cao. Ngút cao, chót vót... Nhưng ngút cao thiệt, mà rồi, sau đó là chi?

Tôi nhìn tấm hình Khê chỗ cắm trại, thấy con nhỏ thật nhỏ bé dưới núi non hùng vĩ của Ấn Độ. Khê cười một mình rồi tiếp:

- Là chi? Là chẳng có chi. Thiệt tình không là chi. Bởi vì chỉ có mình, với trời. Chỉ có mình với mây. Chỉ có mình với sỏi đá ở dưới chân. Tau dù không lên tới tận đỉnh Hy Mã như tau từng không lên tới đỉnh núi anh Quân

HOÀNG NGA

có mặt, nhưng tau leo cao, cao lắm. Đứng ở một chỗ mô đó ngó xuống vực, như ngó xuống cuối cuộc đời, tau cứ nghĩ hoài tới anh Quân, và tới mi. Thấy đời buồn chi lạ mi nờ… Ngày trước nghe anh Quân kể chuyện lội suối băng rừng, chuyện hành quân gian khổ, mi biết không, tau chỉ ước ao có một điều là được đi cùng với nhau. Tới chân trời góc bể. Cuối đất cùng trời… Tau đã muốn leo lên đỉnh ngọn núi vì tau nghĩ anh Quân đang ở đó, chiến đấu với quân thù, chiến đấu với cô đơn, và chiến đấu với nỗi buồn. Tau chỉ muốn có mặt bên cạnh anh, dù núi non hiểm trở, dù chót vót, dù cheo leo. Tau chỉ muốn được cùng chia với anh giọt nước mắt, tiếng thở dài.

Tôi dời hai bàn tay từ dưới ngực, đặt lên mặt. Tiếng Khê thở dài và tiếng nói đều đặn vang bên tai tôi:

- Đỉnh núi không cao, như cuộc đời có nhiều khi tầm thường, nhưng leo hoài, leo mãi vẫn không cách chi tới được, mi nghĩ có đau đớn không?

Nghĩ, có điều nào đau đớn hơn điều bạn tôi từng trải. Nước mắt tôi rớt ra theo giọt nước mắt trào ra bên khóe mắt bạn tôi:

- Biết không, người ta san bằng ngọn núi của tau rồi. Để làm khu du lịch. Thiệt ra không có anh Quân, tau hoàn toàn không muốn về lại đó, không muốn leo lên ngọn núi ngày xưa. Nhưng mi coi, ngay cả một chỗ nhỏ nhoi, một chỗ có thân xác người tau yêu đã nằm xuống, mà cuộc đời và con người cũng không dành lại nổi cho tau. Họ đào xới mọi thứ lên, họ làm đường, họ làm nhà ngủ trọ để khách du lịch tới coi ngày xưa họ tàn sát, họ chém giết những người bên ni chiến tuyến ra răng...

Ngày cuối của Khê, tôi đã về bên này lục địa tiếp tục cái đời sống tầm tầm không biết rõ thế nào là một mối tình như bạn tôi từng có, từng nhắc đến. Tiếp tục kéo lê cái thân xác bụi bặm, ê chề giữa những đớn đau tâm hồn. Và Khê của tôi ra đi, ngày mười lăm tháng chín, giữa một cơn đau đớn đến kinh người. Nhưng nghe kể lại, bạn tôi đã mỉm cười rất hồn nhiên trước khi từ giã cõi đời.

■

THÀNH PHỐ
CÓ NGƯỜI YÊN NGHỈ
Gửi chị.

Tôi rủ chị về Mộ Đức. Một nơi mà dễ chừng gần bốn mươi năm rồi tôi chưa có dịp ngang qua lần nữa, huống gì là về lại. Nhưng tôi tin chắc tôi sẽ dẫn chị đến được tận nơi ấy và sẽ đi xem được giòng sông Trà Khúc. Tôi nói với chị con đường Quang Trung chạy từ phía nam cầu Trà Khúc về đến bưu điện anh từng nhắc đến dẫu không nguyên vẹn như hình ảnh anh mang đi ngày nào, nhưng vẫn còn đó.

Nên tôi hứa thêm sẽ đưa chị đi hết con đường, đi cùng với chị hết con đường. Bất kể trời nắng đổ hay mưa tuôn, bất kể là hoàn cảnh sông ngăn núi cách.

Nghe tôi nói, chị cười im lặng. Đôi mắt chị thật trong. Thật buồn. Lát sau chị đáp từ Sàigòn ra Quảng Ngãi không xa, nhưng chắc có lẽ đối với chị đó là đoạn đường dài nhất thế giới. Đoạn đường hun hút tít xa. Và là nơi chị không bao giờ tới được.

"Anh về doanh trại hai giờ.

Hai giờ ba mươi nhận lệnh hành quân. Anh chỉ biết mình tăng cường cho tiểu đoàn 7.

Nhưng như vậy là chúng mình xa nhau. Như vậy có lẽ thật lâu anh mới được tới đón em ở cổng trường tươi mát.

Đừng buồn nghe em. Anh rồi sẽ bình an trở về với em. Ra đơn vị mới anh sẽ cho KBC sau."

Nơi tôi rủ chị về, những tháng năm của đất của trời đã hoàn toàn xa lăng lắc, hoàn toàn thuộc về một dĩ vãng mịt mù nào đó, nhưng những mùa mưa nắng, những xuân hạ thu đông vẫn chưa mất hẳn trên giòng sông, con sóng nước nơi ấy.

Tôi nói không như thành phố của chị, cảnh lạ xa, người lạ xa, mà cả đến thời tiết mỗi ngày cũng mỗi lạ xa, kỳ dị. Nắng bây giờ là những con nắng quái ác phủ chụp xuống người như chỉ muốn thiêu hủy từng phân vuông da thịt. Nắng là những con nắng tàn nhẫn, khốc liệt và hãi hùng, không chỉ giết chết thân xác, mà còn ày ải được cả linh hồn.

Bây giờ về thành phố của chị, không cần bước ra ngoài, không cần phải đi dưới cái nắng địa ngục hừng hực ấy, cũng có thể cảm nhận ra sức nóng kinh rợn, ghê người.

Tôi hỏi chị đâu rồi quá khứ, đâu rồi ngày xưa thơ mộng. Đâu rồi những hàng cây xanh bóng mát, đâu rồi những chiều vàng phai.

Chị bật cười hiền hòa, kể ra tên những con đường hiếm hoi còn lại chút màu xanh của lá, chút thấp thoáng bóng mát trải xuống mặt đất ít ỏi như chỉ còn đếm được trên mười đầu ngón tay. Tôi buồn rầu bảo chị, những con đường khi đọc lên tên nghe chừng quen tai lắm, nhưng dường như chỉ còn lại cái tên ngày cũ, còn đôi ba hàng cây đứng lặng lẽ hai bên lề, và chút ánh vàng buông khi chiều xuống, mà thật sự phố đã không còn là phố, đường đã không còn là đường, và chốn cũ đã không còn là chốn cũ.

Tôi nói phố xá giờ là phố xá của kẻ lạ người xa. Phố xá của nhức đau, của ngậm ngùi.

"Tin hành quân đã đến với anh thật bất ngờ. Buổi chiều khi tới cứ điểm Carolyne, một cánh rừng nào đó tít xa, hiu hắt trong rừng núi Tây Ninh, anh cứ tưởng ngay từ đó mình đã mất hết đi tất cả.

Chiến trường thật sôi động. Đầu óc lúc nào cũng căng thẳng. Mỗi bụi cây mỗi gò cao đều như che dấu một nỗi bất trắc ghê gớm. Anh đã không đủ bình tĩnh để viết thư cho em. Anh cố đọc thư em để quên đồng đội mình ngã gục, để quên những ngôi mộ sơ sài của hàng chục xác Việt cộng chôn vội vàng, quên mùi cay nồng của súng đạn.

Ước gì bây giờ có em ở bên cạnh, anh sẽ đưa em đi thăm núi rừng nơi đây. Anh tin mình vẫn còn giữ em trong vòng tay dù em xa anh hằng trăm dặm. Anh tin tình yêu em vẫn mãnh liệt trong anh. Anh tin rằng mai này không xa lắm, anh lại dìu em trên con đường Nguyễn Bỉnh Khiêm đầy lá vàng. Hãy cầu nguyện cho anh như hằng đêm anh nhớ đến em. Hãy viết cho anh với con đường của tình yêu thiên thần".

Con đường thật ra không dài. Thật ra không có gì đặc biệt. Hai hàng me bên lề cũng chỉ xanh màu xanh nhàn nhạt hệt như ở những con đường khác có lá me bay. Sắp đến đoạn cuối, cả khu vườn bách thảo xây dựng từ thời Pháp thuộc, chừng như cũng chỉ thu hút được trẻ con.

Con đường không xôn xao như Tự Do, Công Lý. Không rực rỡ nổi tiếng, không dinh thự kiêu kỳ như Nguyễn Huệ. Cũng không viện nọ phủ kia. Nhưng con đường thật dễ thương, thật trìu mến. Bởi vì có ngôi trường con gái nổi tiếng từ Hà Thành vào đến thủ đô miền Nam đệ nhất, đệ nhị cộng hòa.

Con đường thân ái với chị vì những tháng năm cắp sách đến ngôi trường con gái ấy, còn có thêm những gốc cây xanh anh từng đứng đợi hằng giờ, những viên sỏi dưới đường từng ghi dấu chân anh. Và con đường đã trở nên yêu dấu với anh, vì có lần anh nhìn thấy hai bàn tay đẫm thấm mồ hôi, tà áo dài quấn quít đôi chân run rẩy khi thấy anh xuất hiện giữa bao người trong quân phục hoa dù, mũ beret đỏ cầm trên tay.

Rất nhiều lần anh khắc khoải một chuyến trở về, mơ một ước mơ thật bé nhỏ. Rất nhiều lần anh nhắc đến chuyện được đi lại trên con đường lá me, được nhìn thấy ánh mắt chị ngấn lên những giọt lệ hạnh phúc long lanh.

"Đã nhiều đêm anh mơ về thành phố đó nơi em với vẻ ngây thơ đang nghĩ đến anh theo từng gian nguy bất trắc. Thật tội nghiệp cho em trong những ngày sắp tới.

Suốt buổi chiều anh không làm gì, suốt cả đêm anh không ngủ. Anh nhìn khuôn mặt em cố tìm ở đó một lời nói, anh tìm trong tóc em hàng cây của con đường Nguyễn Bỉnh Khiêm. Anh chơi vơi trong mắt em, nghe không gian như rót mật vào người. Anh sẽ không kể cho em nghe những đêm chờ giặc ngột ngạt. Những giờ khói súng đen đầy rừng cây. Nhưng anh biết nơi thành phố thân yêu có em chia xẻ với anh nỗi rợn người đó.

Anh biết tương lai anh mờ mịt. Anh biết em khổ sở, lo sợ những ngày xa anh, nhưng biết sao khi nghiệp dĩ của anh là làm bạn với núi rừng, với sình lầy nước ngập. Trung đội anh nằm riêng rẽ một khoảng đồng mênh mông, anh càng nhớ em thật nhiều.

Con đường Nguyễn Bỉnh Khiêm giờ đầy lá vàng phải không em..."

Thành phố của chị bây giờ, người lô nhô, xe cộ lô nhô.

Rời khỏi nhà từ sáng sớm, vượt qua được cây cầu, vượt qua hàng hàng lớp lớp xe và người dày đặc, chen chúc, tranh giành nhau từng tí chút đường đi để đổ xuống con dốc dẫn về phía bên kia chân cầu, tôi gần như đã không còn đủ sức để ngồi vững phía sau yên xe. Tôi gần như muốn ngã gục xuống trước khi đứng được ở trước sân nhà chị.

Tôi nói với chị, tôi không hề cảm thấy được sự bình an ở thành phố này cho dẫu súng đạn đã thôi không còn hiện hữu hằng ngày, những vết dấu chiến tranh dường như cũng đã biến mất.

Ở đây, lòng tôi lao chao như một bóng lá. Chị nói chị cũng lao chao.

"Tiền đồn buồn như hôm anh nhận lệnh hành quân. Anh đang nằm yên lặng để nghe tình yêu hóa thành máu chảy trong tim mình.

Anh như giòng suối ngược nguồn. Bơ vơ tìm đến thời cổ sơ. Anh nhớ ở đâu đó khi một họa sĩ ngoại quốc vẽ về Việt Nam với một khu chợ và hàng rào kẽm gia vây bọc. Nếu anh vẽ, khung cảnh sẽ điêu tàn hơn một chút – khu rừng bốc cháy chỉ còn trơ lại cây cỏ nám đen, một vài vết đạn, bom cày sâu mặt đất, một con bò ốm đang ngơ ngác kiếm vài miếng cỏ xanh. Ở một góc rừng rực hào quang có hai người yêu nhau đang lấp lại hố bom mang cỏ non về và dựng lên nếp nhà bé nhỏ.

Anh sẽ cố gắng tạo dựng hạnh phúc cho em và anh. Dù anh biết mình không đủ sức. Anh sẽ bằng hy vọng cuối cùng là tình yêu em để cho em khung trời hạ mà em mơ ước. Nơi đó chúng mình sẽ chỉ sống bằng tình yêu. Chúng mình sẽ lắng nghe tiếng chim ca hát. Vỗ về chú nai con với đôi mắt ngơ ngác của Lư Trọng Lư. Có đêm nào trong hiu hắt, em nghe tiếng anh thì thầm. Hãy nói cho anh nghe lời im lặng của thủy chung. Hãy hát cho anh triệu lần lời thánh ca của mật ngọt tình yêu".

Lần nào tôi về, tháng nào thành phố ấy, trời cũng nắng chói chang. Ngồi với chị trong căn phòng nhỏ nhìn ra bóng nắng đọng những giọt vàng trên hiên, chị bảo nơi đây, đàng trước kia, ngày xưa có những hàng cây, có những cụm lá rêu xanh. Và những nhánh cây, lá cỏ chứng kiến bước chân anh đến, giờ phút anh giã từ, bây giờ đã biến mất, đã thay vào đó bằng những ngôi nhà cao tầng làm con hẻm càng ngày càng chật hẹp.

Tôi đùa với chị, sợ đến một lúc nào đó quá khứ cũng sẽ bị quên mất đi. Chị đáp, đến chị nhiều lần, chị sẽ ôn chuyện quá khứ cho, để mà nhớ.

Chị nói thêm, chị sẽ ôn chuyện quá khứ cho tôi nghe vì chị sợ thế hệ sau tôi, sẽ không còn ai muốn nghe về anh, về những người như anh.

"Viết cho em buổi sáng, buổi chiều anh lại bị thương. Mảnh B40 còn trong vai nhưng anh chỉ nằm ở tiền đồn Sandra chờ vài hôm rồi tiếp tục những ngày gian nguy.

Thư em đến như một đột ngột reo vui trong anh. Anh đọc thật nhiều lần giòng chữ thon mềm em viết để tìm thấy lần thứ một triệu kỷ niệm ngày đầu tiên anh đến với em.

Anh nhớ ngày anh nhìn thấy giọt mồ hôi đọng trên trán em và bảo em "màu tím là màu thắm thiết của yêu thương". Có một ngày anh đã đi qua khu rừng có vài trăm cây sim tím. Màu tím của hoa sim và trái sim làm anh nhớ em thật nhiều. Anh như thấy em cười và dịu dàng cài hoa sim tím lên tóc em. Anh hiểu là đã tạo khoảng sầu cho em vì chúng mình không chỉ xa nhau một lần hành quân này, mà trong đời anh còn bao nhiêu cuộc hành quân.

Đêm xuống thật sâu và hàng cây yên ngủ. anh nhìn về Sàigòn thành phố có em đang bằng an yên ngủ. Đêm yên tĩnh và ngây thơ như tình yêu chúng mình. Anh biết tình yêu chúng mình làm em khổ nhưng anh biết làm gì khi cuộc sống của anh bấp bênh như nỗi chết như tiếng súng reo vang trong đêm".

Anh nói với chị, không người nào cảm thông cho người lính nhảy dù. Những đêm di hành, những đêm vừa đóng quân muộn màng chưa kịp ngã lưng xuống võng, đã phải chồm dậy vì vài bóng địch quân xuất hiện đâu đó trên cánh đồng, thấp thoáng nơi bìa rừng. Những ước mơ của một thời chấp cánh, nhưng rồi những ước mơ đã héo khô đi như vệt máu héo khô trên vết thương còn âm ỉ dưới thịt da. Những dự tính dù bé bỏng cũng không bao giờ thành sự thật, những khao khát dù tầm thường -một lần về, hai mươi bốn giờ phép chóng vánh- cũng dễ dàng vuột mất khỏi tầm tay.

"Buổi chiều thật yên tĩnh. Nước từ sông Vàm cỏ Đông êm đềm chảy vào kinh Xáng. Đơn vị anh nằm biệt lập đã 15 ngày rồi. Lượng cỏ úa vàng chạy dài như nỗi nhớ về em. Mỗi sáng mỗi chiều anh thả niềm thương yêu xuôi giòng với với ước mơ chở chất về thành phố thân thiết của em.

Nhận quà Tết của em. Gói quà bị xé trước khi đến tay anh. Anh đã đọc lời em viết trong rừng đầy vết bom cày xé. Một cây mai rừng ngơ ngác nơi anh nằm. Một không gian trùng màu tưởng nhớ đưa anh vào cơn mộng du ở đó có anh và em với con đường kỷ niệm của hai đứa mình. Sáu mốt ngày xa em khoảng thời gian làm chín muồi thương nhớ trong anh.

Em yêu, một ngày nào đó mùa hạ có không về trong tâm tưởng của anh, anh cũng sẽ đưa em về vùng quê hương của anh một lần. Biển mùa hè với từng con sóng chất ngất vỗ vào mạn thuyền mặt trời buổi sáng và trăng đêm khuya.

Thành phố em với xa hoa hào nhoáng có làm em buồn mỗi lần nghĩ đến anh. Thành phố đó có làm em âu lo mỗi lần nhìn trái sáng treo lơ lửng trên vùng trời Đức

Hòa Đức Huệ. Hãy cầu xin cho ngày tháng thanh bình trôi qua trong ngày anh xa cách.

Lính chiến như anh không có quyền hẹn ước. Anh sẽ về bất ngờ và anh đi như một cơn lốc. Em bảo rằng lời chúc an bình không có cho ngày anh giã từ nhưng anh đã thấy rồi, đọc rồi, bằng đôi mắt u uẩn của em, bằng cánh tay thẫn thờ trên khung cửa, bằng ánh mắt dõi theo..."

Quê hương anh, những hàng dừa cao chất ngất, núi non chập chùng, biển xanh biếc như màu xanh tình yêu và sông êm đềm như tiếng thở dịu dàng trên mái tóc. Thật lòng tôi cứ muốn theo chị về nơi ấy, đưa chị về nơi ấy. Nơi có ngôi mộ anh nằm lặng lẽ đâu đó, trong một góc vườn, một sườn đồi, hay một thung lũng nhỏ... Nơi anh thiết tha muốn đưa chị về, chỉ cho chị thấy trăng lên, hoàng hôn buông xuống. Nơi anh muốn cùng thả bộ với chị trên con đường xanh bóng lá. Và hẳn, nơi anh muốn cùng với chị xây dựng một mái nhà.

Nhưng chị nói với tôi, chị không muốn đi, vì chị không bao giờ nghĩ rằng anh đã về vùng miên viễn. Trong chiếc hộp nhỏ chị đưa cho tôi xem, có hai huy hiệu cánh dù nhỏ, những lá thư anh gửi về từ chiến trường, một bao bìa thuốc lá, một chiếc hộp quẹt nhỏ như chứng tích anh hứa với chị sẽ không hút thuốc nữa. Và một chai dầu nhị thiên đường bé bằng ngón tay út. Chị nói với tôi, xem cho biết thôi.

Xem cho biết. Tôi đã sững người cầm nắm từng vật trên tay. Ngẩn ngơ vuốt ve những phong thư đã

56   HOÀNG NGA

ngả vàng. Ngẩn ngơ đặt những huy hiệu trong lòng tay. Và ngẩn ngơ nhìn chai dầu, ai đó đưa cho chị ngày chi đi nhận xác anh.

Nhưng chị nói không phải là anh đâu, nằm trong poncho. Không phải là anh đâu, nằm trong quan tài phủ cờ vàng ba sọc đỏ. Không phải là anh đâu, trên chuyến phi cơ anh cùng thân nhân bay về Trà Khúc. Chị nói không phải là anh đâu. Hoàn toàn không phải là anh đâu, vì anh bảo anh sắp về. Anh sẽ kể cho chị nghe chuyện chiến trường, anh sẽ cài lên tóc chị đóa hoa sim tím, anh sẽ đến đón chị lúc tan trường. Và chị nói không phải anh đâu, vì đã hơn bốn mươi năm, vẫn có một người ở thành phố này chờ đợi bước anh về.

Chữ in nghiêng được trích từ thư của cố thiếu úy Nguyễn Trung Thành

■

VĨNH BIỆT VÕ ĐÔNG SƠ

Đưa tiễn nào hay rẽ chia
Cách trở hận muôn đời
Nói nữa chi thêm nghẹn lời...
(Viễn Châu)

Hai chị, mỗi chị lớn hơn tôi hai, ba tuổi. Tôi học hụt hơi vẫn không thể đứng đầu lớp. Hai chị, chia nhau hạng nhất, hạng nhì mỗi tháng.

Tôi buồn lắm. Bởi vì phải chi tôi học dở gì cho cam. Lúc nào cũng đứng đầu lớp. Nhưng từ khi hai chị vào lớp tôi, một chị thành trưởng lớp, một chị thành người... cạnh tranh với người kia, thì bỗng dưng coi như không kèn không trống, tôi bị... ra rìa.

Tôi buồn hai chị. Tôi buồn cho "thân phận" mình. Sinh ra đời dưới một vì sao xấu, khi không bỗng có hai người học giỏi hơn mình vào học chung một lớp! Tôi không biết nên trách ai, hận người hay hận đời. Hay hận cho chính mình tài hèn sức mọn. Nên vì vậy có đôi khi nghĩ hoài không ra, tôi bèn trở thành... tiểu nhân, cứ mong cho hai chị bị đau ốm, bịnh tật gì đó. Cứ mong được có cơ hội leo lên một thứ bậc nhất nhì trong bảng danh dự cuối tháng. Cứ ước ao được trở lại thứ hạng thường có, "ngày xưa".

Tôi mong và tôi ra sức học. Nhưng kỳ lạ, bịnh thì bịnh, nghỉ học thì có nghỉ học, vắng mặt thì có vắng mặt, thậm chí có khi đến cả vài buổi không hiện diện trong lớp, vậy mà không hiểu sao hai chị vẫn không chịu... xuống cấp. Không hiểu sao hai chị vẫn bình an như vại, cuối tháng vẫn cứ được cô giáo kêu lên trước lớp để lãnh bảng danh dự trước... tôi!

Tôi học với hai chị hai năm cuối bậc tiểu học, trầm trầy trầm trật như người leo ngược dốc đến tàn hơi kiệt sức, đến buồn không biết để đâu cho hết. Cho tới lúc biết ra thêm một chuyện, là chị nào cũng hát cải lương rất hay, tôi đã trở thành như một con mèo ốm. Từ buồn, tôi chuyển sang... tủi thân. Từ buồn, chuyển qua... tuyệt vọng. Bởi vì tôi biết chắc chắn mình đã không được sinh ra để thành một nghệ sĩ ca cải lương nên muôn đời sẽ không bao giờ có một giọng ca truyền cảm ngọt ngào để lúc xuống xề làm rơi nước mắt người nghe, làm mủi lòng khán giả, trong khi đó thì chị Hòa là người nam, ba đi lính đổi ra miền trung lâu năm nhưng vẫn người gốc "trong đó", nên tiếng ca của chị mùi mẫn không chịu được. Khi chị xuống xề, chúng tôi, đứa nào nghe cũng muốn rụng tim. Và lúc chị làm Võ Đông Sơ "đành chia tay vĩnh viễn Bạch Thu... Hà", thì đứa nào cũng muốn vỗ tay! Vào cái thuở tôi mới chỉ biết "gánh nước đêm trăng", mới chỉ biết ca "tưởng giếng sâu tôi nối sợi dây dài, hay đâu giếng cạn tôi tiếc hoài sợi dây", và chỉ mới biết lơ mơ những giọng ca Tấn Tài, Út Trà Ôn, Thanh Nga, cùng vài ba nghệ sĩ khác qua mấy ông cậu vốn mê cải lương, thì hai chị đã thuộc làu "biên cương lá rơi Thu Hà em ơi", đã biết Thuyền Ra Cửa Biển... Gần như tuồng nào của Thanh Nga, Thanh Sang, hay Lệ Thuỷ, Mỹ Châu, Minh Phụng, Minh Vương đóng, chị cũng biết và có khi còn thuộc nằm lòng từng câu từng chữ.

Chị Hòa thì vậy, còn chị Nga mà cả lớp đều gọi là Nga lớn để phân biệt với tôi, vì chị vừa lớn tuổi hơn, mà vóc dáng cũng cao ráo -chị cao hơn tôi cả cái đầu, là dân Quảng chính hiệu con nai vàng ngơ ngác nhưng cũng được trời phú cho cái giọng hát nức nở không kém gì chị Hòa. Và có lẽ chị còn được chị Hòa chỉ dẫn, nên giọng ca tiếng hát của chị cũng như con nhà nòi, y hệt như những nghệ sĩ cải lương đồng ấu!

Mê cải lương, mê hát, chị Hòa lại rất khéo tay. Chị rủ chị Nga lập... gánh hát, đào kép chính là hai chị và thỉnh thoảng cho đám con nít trong xóm bình thường vẫn là khán giả, được đóng một vai nào đó. Chị Hòa làm vương miện, mão vua bằng giấy cứng rồi dán lên đó những cọng thép có quấn len ở chung quanh với những hạt cườm lóng lánh. Chị Nga thì lấy chỉ thêu tết bím đủ màu, hay nhuộm lông gà thành màu xanh màu đỏ để chị Hòa gắn vào quạt cho quận chúa, công nương. Cái sân khấu nhỏ của hai chị, là một khoảnh đất trống ba chị Hòa đắp khá cao hơn sân để mẹ chị phơi bánh tráng, khi diễn tuồng, hai chị dẹp bớt những liếp tre qua một bên. Khán giả ngồi dưới đất, nhìn thấy rõ cả chân "nghệ sĩ" không mang dép đi qua đi lại ở bên trên. Nhưng điều kỳ lạ ở chỗ sân khấu không có màn, không có cánh gà, nghệ sĩ không được ai nhắc tuồng, vậy mà chưa hề bị... tổ trác bao giờ!

Lẽ ra tôi đã phải ghét hai chị vì bị tranh mất chỗ đứng trong hai năm cuối tiểu học như vậy, nhưng có lẽ khi khám phá ra hai chị tài ba quá, nên từ âm thầm ngưỡng mộ, tôi chuyển qua mến hai chị. Biết nhà hai chị không khá, tôi hay mang lên lớp những thứ đồ hai chị cần dùng cho những "vở tuồng" không bao giờ được trả công ngoại trừ những tràng vỗ tay của con nít hàng xóm. Tôi tặng hai chị từ những thanh "gươm báu" bằng nhựa chôm của hai thằng em, cho đến quạt tẩm trầm hương xin của mẹ, hay len vụn của chị tôi. Có một lần thấy chị Hòa lấy một khúc tre ngắn làm bút lông để diễn tuồng, tôi còn cả gan dám về nhà "dớt" cây viết lông ba tôi dùng để viết chữ Hán đặt mua từ Hồngkông, mang lên cho hai chị. Cũng may mà khi thấy cây viết quá đẹp, được đựng trong hai ống tre óng chuốc đậy vào với nhau và phía bên trên còn có gắn cái ngù bằng lông phượng, chị Hòa trả lại không dám lấy, chứ không chắc thế nào tôi cũng bị vài roi vào đít vì cái tội lanh chanh.

Nhà chị Hòa và chị Nga ở gần nhau. Nhưng lại xa nhà tôi và còn sâu trong hẻm nhỏ, nên mỗi bận hai chị thông báo cho biết sẽ diễn tuồng, là tôi phải xin phép ba mẹ và bị bắt buộc phải đi chung với chị người làm. Lúc đầu bị mất giấc nghỉ trưa, chị người làm có vẻ không thích, nhưng về sau, lúc đã được nhiều lần thưởng thức tài nghệ của bạn tôi, thỉnh thoảng chính chị lại hỏi "sao lâu quá không thấy tụi nó đóng tuồng". Và cũng như tôi, khi làm "khán giả", chị đã ngồi xem rất cẩn thận, say mê và về sau thì nhận xét:

- Con Hòa mà được tập dợt kỹ lưỡng và có cơ hội tham gia đoàn hát, dám có thể trở thành đào chánh lắm.

Chị Hòa được khen có triển vọng trở thành đào chánh, những tưởng "tương lai" của chị sáng rỡ lắm. Tôi ngưỡng mộ giọng hát ấm mượt của chị Hòa như ngưỡng mộ một nghệ sĩ thứ thiệt. Cái tiếng ngân của chị mặn mà cho đến cả những thanh âm cuối cùng. Đến nỗi có đôi khi tôi còn tưởng tượng chị được trở thành một ngôi sao sân khấu, như Thanh Nga, Bạch Tuyết...

Tuy nhiên điều oái oăm là khi đóng chung với chị Nga lớn, chị lại không được thể hiện những vai đào thương tuyệt kỹ, mà lại phải làm kép mùi. Lý do chỉ vì chị Nga gầy và cao lêu nghêu, giọng lại hơi lanh lảnh, khi đóng kép mùi bị "khán giả" chê... gà mái quá. Tôi còn nhớ rõ như in lần chị Nga vừa mới kêu lên ba chữ "Bạch Thu Hà!", bắt chước cách kêu não nề của Minh Cảnh trước khi vào nhạc "biên cương lá lá rơi Thu Hà em ơi", đáng lý ra phải được khán thính giả động lòng rơi lệ và vỗ tay tán thưởng, thì ngược lại, tụi nhóc ngồi ở dưới khán đài gào lên như ai oán:

- Éo quá, éo quá! Chị Nga nói mấy chữ này éo quá!

"Éo quá"! "Éo quá"! Hai cái chữ thiệt tình không có gì tượng thanh và tượng hình hơn được. Nó gần như lột tả thật chính xác cái cường độ âm thanh phát ra từ thanh quản của chị Nga. Và phần nào đó, đã vẽ lên được một... sự thật rất phũ phàng về cách diễn của người "nghệ sĩ" đóng vai nam..., không trống không mái, mà "éo"! Sau đó, tiếp sau những tiếng kêu ai oán "éo quá", là một màn phản đối ầm ĩ như thể tụi nhóc đã trả tiền vé quá đắt mà lại phải nghe một ca sĩ hạng nhì trình diễn, đến nỗi chị Hòa phải cho ngừng "xuất hát" nửa chừng để xin lỗi, rồi hứa sẽ đổi vai cho chị Nga, hai chị mới được yên thân tiếp tục cho đến hết tuồng.

Tôi thuở đó dẫu không đến nỗi bất lịch sự la làng la xóm như những đứa khán giả láng giềng của hai chị, nhưng cũng phải công nhận chị Nga không thể nào đủ trình độ như nghệ sĩ... Kim Chung hay Phùng Há đóng giả vai nam được. Vì vậy từ đó, ngoài An Lộc Sơn, Lương Sơn Bá, chị Hòa trở thành người... chuyên trị Võ Đông Sơ.

Chị Hòa thuộc nằm lòng Võ Đông Sơ. Chị nhớ đến từng nét chấm phá trong bài vọng cổ. Lạ một điều là ngày ấy không có internet cũng không có CD để nghe đi nghe lại, hay xem đi xem lại vai này đã được diễn như thế nào, nhưng tôi nhớ chị đã diễn xuất thật xuất thần. Từ cái điệu bộ của một Võ Đông Sơ đau đớn khệnh khạng bước ra sân khấu cho đến lúc rút cái tiễn bị ghim vào ngực, thì chị Hòa cũng làm giống hệt như... diễn viên. Lúc chị "cảm thấy một vùng trời đất hình như đảo lộn, máu đào tuôn ướt đẫm nhung bào...", thì chúng tôi cũng lảo đảo quay cuồng bởi chị đã nhập vai không kém gì Minh Phụng đầy kinh nghiệm sau này.

Chị Hòa diễn hay đến nỗi tôi cũng muốn thuộc làu Võ Đông Sơ. Tôi nói với chị người làm đi mua giùm tôi tập cổ nhạc. Chị mang về một tập giấy mỏng có in hình bìa của nghệ sĩ Minh Cảnh, Lệ Thuỷ, phía bên trong có lời hát. Và không biết tôi đã miệt mài tập bài vọng cổ ấy đến bao nhiêu lần mà cuối cùng tôi cũng thuộc từng chữ kể cả những chữ chẳng hiểu gì hết như câu "từ đây nàng có nhớ đến ta hãy ngâm câu 'Túy ngọa sa trường quân mạc tiếu – Cổ lai chinh chiến kỷ nhân hồi'...".

Cuối năm tiểu học, hai chị vùi đầu học thi vào trường công. Ba tôi nói có đậu tôi cũng phải học trường tư, nơi có xe buýt của trường đón đưa như anh chị tôi ngày trước nên tự dưng thế giới của hai chị và tôi bỗng tách rời ra thêm một chặng. Tôi không có cái bận rộn của "tử sĩ". Tôi hoàn toàn không có cái lo âu của người đứng trước một khúc ngoặc của cuộc đời. Tôi thong dong đi học như chỉ để không quên mình đã được dạy những gì. Thỉnh thoảng nhớ hai chị, tôi muốn nhờ chị người làm dẫn đi thăm nhưng chị người làm nói "người ta bận rộn, không có thì giờ cho em đâu". Thế là tôi chỉ còn biết rầu rĩ vào ra một mình, "khóc than riêng em một mình"...

Mùa hè năm ấy, hai chị đậu vào trường công của thị xã. Và dẫu ở cùng một thành phố, mà tôi xa hai chị vạn dặm. Chẳng mấy khi tôi gặp lại bạn cũ. Cũng chẳng biết hai chị đã làm gì trong khoảng thời gian ấy, cho đến hôm thấy chị Nga trên đường đi mua sách vở đầu niên khoá. Tôi mừng như bắt được vàng. Tuy nhiên thấy chị Nga mặc áo dài trắng, tóc xoã trên vai, tôi cứ ngẩn ngơ nhìn mãi. Chị, trong mắt tôi, lạ không thể tưởng được. Chị, trong mắt tôi, như đã trở thành một người lớn thật sự.

Mà hình như ngược lại thì chị Nga cũng thấy tôi có vẻ không phải là con bé gắng mãi vẫn không thể vượt hơn được hai chị. Chị đã nhìn tôi như nhìn một người không quen nào đó. Tôi hỏi chị sao đi một mình. Chị không trả lời, nhưng lại hỏi tôi có phải là bạn thân của cô con gái bà nhà sách lớn nhất thị xã, nơi tôi và chị đã gặp nhau hay không. Tôi đáp hai đứa chỉ học chung. Chị ngẩn ngơ không nói gì, và có vẻ không muốn nói chuyện thêm. Tôi đã phải gặng mãi, cuối cùng chị mới nói nhà chị Hòa bận rộn, có lẽ sẽ dời đi vì ba chị Hòa đổi ra Quảng Trị.

Những tháng năm ấy, cuộc chiến đã lan tràn mỗi lúc một lớn. Quảng Trị trở thành nơi đầu sóng ngọn gió, tôi có lần tự hỏi tại sao mẹ chị Hòa lại muốn liều mình đổi nhà ra tiền tuyến, đã không hiểu sao mẹ chị Hòa vẫn muốn đến những nơi cái chết luôn cận kề, hơi thở trên môi không biết ngày nào sẽ không còn như vậy. Mà cũng không phải chỉ mình tôi, hầu như ngày ấy, ai nghe chuyện cũng đều thắc mắc tại sao gia đình chị Hòa đã từ miền nam ra trung, rồi mẹ chị lại còn muốn đưa con cái đi thêm một chặng, gánh gồng thêm một đỗi khó khăn và chịu thêm hàng vạn ngàn điều nguy hiểm.

Mười ba tuổi, tôi chẳng hiểu thể nào là tình yêu. Cái cảm nhận về chuyện chia lìa tang tóc của chiến tranh cũng mơ hồ như chỉ xem trên trên phim ảnh. Tuy nhiên dẫu vậy, tôi vẫn thấy lo ngại cho gia đình chị Hòa. Tôi vẫn sợ một viễn ảnh không mấy tốt đẹp sẽ xảy ra cho đời sống chị. Thỉnh thoảng nhìn thấy một chiếc xe nhà binh chở những quan tài phủ cờ vàng buồn bã ngang qua trước nhà, tôi cứ lo lắng không biết có bao giờ một trong những người lính không còn có thể chiến đấu được nữa ấy, lại là ba của người bạn tôi mến mộ hay chăng...

Nhưng mười mấy tuổi, chóng quên. Đời sống vội vàng tạm bợ của một đất nước đang chìm đắm trong chiến tranh, kéo tôi đi càng nhanh hơn. Tôi vội vàng quên mất người tôi từng ngưỡng mộ. Quên mất những bất trắc dễ dàng xảy ra trong đời của chị. Và quên mất súng đạn vốn rất tàn nhẫn và không chừa bất cứ ai.

Cho mãi đến khi tình cờ tôi gặp chính chị Hòa , với áo trắng và khăn tang trắng trên đầu. Tôi nhìn thấy chị trên phố, bên kia đường. Tôi nhìn thấy chị lầm lũi bước dưới cái nắng vàng rực. Nhìn thấy chị trong bóng dáng thật ảm đạm, u buồn.

Tôi sững sờ bước sang đường. Tôi nghẹn ngào dừng lại trước chị. Và tôi nghẹn lời không nói được tiếng nào khi nghe chị bảo ba chị đã mất trước khi gia đình chị chuyển ra tuyến đầu để cả nhà được gần gũi nhau. Tôi chẳng nhớ đó là tháng nào của một năm, ngày nào của một tháng, và giây nào của một giờ, nhưng tôi nhớ tôi đã bần thần đứng im rất lâu. Nếu có thể được, chắc tôi đã hoá thành đá. Chắc có thể được, tôi đã thành tượng muối như vợ của Lot trong Thánh Kinh.

Trước mắt tôi, là chị Hòa, của nhiều năm không gặp, không còn là cô bé thích hát vọng cổ, thích đóng những tuồng tích, thích trở thành những nhân vật trong các trích đoạn cải lương làm rơi lệ người nghe, mà chị biến thành một người lớn. Chị trưởng thành hẳn.

Chị nói sẽ phải nghỉ học để đi làm nuôi em út.

Tôi, vào cái thuở chưa bao giờ tự gập chăn mùng, chưa hề một lần tự tay ủi cái áo, chưa biết nấu một miếng nước sôi để pha cho mình ly sữa, cũng chưa bao giờ nghĩ đến chuyện tự đi hâm một miếng cơm dẫu đói rát ruột, thì bạn của tôi nói, chị sẽ nghỉ học để đi làm nuôi em! Tôi nhớ tôi đã ngó chị bàng hoàng. Như thể không biết hai chữ "đi làm" có nghĩa là gì, và "nuôi em" là sao. Chúng tôi đã đứng im một lúc rất lâu rồi tôi hỏi tôi theo chị về nhà có được không.

Chị gật đầu. Chúng tôi đi ngược về nhà chị. Vẫn ngôi nhà nằm sâu trong hẻm nhỏ. Vẫn con đường có những lũy tre lạ lẫm ở thành phố. Vẫn những tiếng dế, tiếng côn trùng, tiếng ếch uềnh ồm hiếm thấy ở thị xã. Và ngôi nhà, dường như không hề có gì thay đổi như những năm trước đây.

Hoàn toàn chẳng có gì thay đổi. Chỉ ngoại trừ cái bàn thờ được đặt ngay chính giữa nhà. Sau lư hương là một tấm hình người đàn ông chững chạc trong quân phục, mặt nhìn hơi nghiêng với nụ cười hiền dịu và ánh mắt đầy nhân ái.

Ba chị Hòa , lặng lẽ giữa hương khói. Nhạt nhòa.

Ba chị Hòa, hy sinh vì tổ quốc, không kịp có được những ngày đoàn tụ với cả nhà nơi ông đóng quân.

Tôi về nhà chị Hòa buổi chiều vàng nắng, không biết nên ứng xử như thế nào cho đúng, nên loay hoay một hồi rồi ra ngồi với chị trên bục cửa. Nhà chị vắng tanh. Chị nói mẹ chị ra chợ mua bán gì đó và hai đứa em trai đi học chưa về. Chúng tôi đã im lặng bên nhau rất lâu, như thể đang ngắm cảnh, đang thưởng thức chiều trôi trên hiên nhà. Mười mấy tuổi, lần đầu tiên trong đời tôi nhận ra cuộc sống không chỉ có những tháng ngày lang thang phố xá với bạn bè, mà mơ hồ nhận ra "hình như" chính mình, và gia đình mình đã được sống, bởi vì có nhiều người đang ngã xuống, ở đâu đó rất xa thành phố. Nhận ra mình may mắn vì có những người đã hy sinh cho cái may mắn ấy.

Tôi ngồi nhìn nắng và nghe chị Hòa kể mốt mai gia đình chị sẽ phải dọn về lại gần nhà ông bà nội hoặc ông bà ngoại ở miền nam vì không có ai thân cận ở thị xã này. Lần đầu tiên tôi nhận ra những từ ngữ "không ai thân cận", "không có bà con" không chỉ khiến người nghe buồn bã mà còn nhìn ra cả nỗi đơn côi của chị, của gia đình chị. Lệ tôi muốn ứa. Tôi hỏi:

- Vậy làm sao em gặp lại chị?

Chị Hòa nói:

- Không biết nữa. Có thể chị sẽ về lại đây...

Nhưng lát sau chị lại nói:

- Mà cũng không biết nữa. Chắc khó lắm.

Tôi lặng thinh. Hiểu thật rõ làm sao chị Hòa có thể về thăm lại thành phố này khi "không ai thân cận", "không bà con" và chính chị phải đi làm nuôi em phụ với mẹ. Tôi im lặng rồi tôi thở dài nói:

- Chắc chị phải hát cho em nghe mấy bài vọng cổ kẻo sau này không còn gặp nhau, em nhớ chị thì không biết làm sao.

Chị Hòa cười. Chị im một lúc rồi đằng hắng và bắt đầu một câu trong Nửa Đời Hương Phấn, đoạn cô Hương kỹ nữ gặp lại người yêu xưa sắp trở thành chồng của em gái mình. Có lần chị giải thích cho tôi biết đó là "Hương ca Phụng Hoàng" trong lớp diễn này. Chị Hòa hoá thân thành cô The, hát:

- Dù biết em thành hôn với ai đi nữa thì chị cũng ráng về với... ... Em... Để mừng ngày em xuất giá, Cho vui lòng ba với má, Chị cũng nở mặt nở mày với lối xóm bà con. Còn Dượng Ba đây là một thanh niên có học thức, lại đàng hoàng, Chị vô cùng sung sướng thấy em có một tấm chồng đúng như lòng chị ước mong.

Hát hết mười hai câu Phụng Hoàng, vừa dứt xong mấy chữ *"chị chính là chị... ruột của em"*, chị Hòa buồn thiu nói:

- Không có chị Nga hát một mình không hay.

Tôi đề nghị:

- Hay là chị hát Võ Đông Sơ đi.

Chị Hòa ngồi im. Cái vẻ im lặng hơi bất thường. Nên bỗng dưng tôi nhớ đến đám khán giả nhóc tì của chị, định hỏi có phải vì lý do đám nhóc chê chị Nga hay không mà trông chị có vẻ buồn, thì chị Hòa nói:

- Ca "Mùa Thu Trên Bạch Mã Sơn" nha?

Tôi nhìn ra khóm trúc nhà chị, nơi nắng đã bắt đầu tàn, hơi thất vọng, thứ nhất là không thích tuồng này và thứ hai là nó dài quá. Tôi làm thinh. Chị Hòa cũng im một hồi rồi hát nhảy khúc những đoạn chị thích. Lâu sau, khi chị vừa dừng lại ở một câu nam ai, tôi ngắt ngang, và năn nỉ:

- Em sắp phải về rồi, lần này chị mà không hát Võ Đông Sơ thì chắc không bao giờ em được nghe nữa.

Chị Hòa im không trả lời. Lúc bấy giờ tôi mới để ý cái im lặng của chị không chỉ lạ, mà còn buồn. Buồn áo não. Tôi khẽ khàng nhìn sang chị. Thấy chị chớp mắt nhiều lần, tôi không dám nói gì thêm. Nhưng đột ngột, chị bỗng cất giọng, gọi lên ba tiếng "Bạch Thu Hà" đau đớn nhưng ấm áp, như thể đang gọi tên người yêu rồi chị vào câu "biên cương lá rơi..." thật ngọt ngào, mà mãi cho đến mấy mươi năm sau tôi vẫn không thể nào quên được tiếng gọi thiết tha ấy.

oOo

Chúng tôi đã ngồi với nhau thêm một hồi lâu sau khi chị Hòa hát hết bài ca. Đúng ra là cái giọng hát buồn bã của chị làm tôi không thể ra về dẫu tôi biết thế nào cũng gặp rắc rối với ba mẹ tôi vì đi chơi mà không xin phép.

Và chúng tôi đã ngồi trên thềm hiên vắng nhà chị như thế cho đến lúc mặt trời tắt hẳn trên khóm trúc. Mãi cho đến lúc hai thằng em trai chị hỏi sao chị không nấu cơm chiều. Tôi buồn bã chia tay với chị. Nhưng trước khi tôi rời khỏi nhà chị, chị Hòa cầm tay tôi bùi ngùi:

- Lâu lắm rồi mình không ca Võ Đông Sơ. Vì mỗi lần ca bài này là mẹ mình khóc. Nhớ ba. Mình cũng nhớ ba. Mẹ nói "vĩnh biệt Võ Đông Sơ" mà y như nói vĩnh biệt ba mình... Chắc mình chỉ ca lần này rồi thôi.

Chị Hòa làm tôi nghẹn ngào. Vĩnh biệt Võ Đông Sơ... Vĩnh biệt người đã ra đi vì đất nước.

Vĩnh biệt Võ Đông Sơ... Chỉ mấy chữ hết sức bình thường ấy, nhưng mỗi bận tình cờ nghe lại bài vọng cổ này, cho dẫu là nghe ai hát, tôi cũng lại muốn khóc. Cũng lại thấy hai đầu con mắt thật cay nồng.

Chiều nay, chiều cuối năm, xa thị xã cũ đến dễ thường đã dài gấp đôi những tháng năm sống ở đó, khi gọi điện thoại về quê nhà, nghe nhỏ bạn kể đang tập hát bài Dạ Cổ Hoài Lang của Cao Văn Lầu và than thở "mình không phải là người Nam, nên hát có nghe được vẫn thấy không hay", tự dưng tôi bỗng nhớ đến chị Hòa.

Tôi bỗng nhớ điệu buồn vọng cổ. Nhớ những câu hát sầu tê tái. "Thôi thôi lỡ làng tiếng hẹn trăm năm, từ đây nàng có nhớ đến ta, hãy ngâm câu tuý ngoạ sa trường quân mạc tiếu, cổ lai chinh chiến kỷ nhân hồi...". Và càng nhớ hơn, ánh mắt ươn ướt của chị Hòa trong buổi chiều nắng tắt.

Tôi bật lên tiếng gọi. Tôi gọi tên chị Hòa và nói một mình, vĩnh biệt Võ Đông Sơ...

■

.

GIỮA TÀN PHAI

Để nhớ ba mươi năm Quỳnh tạ thế.

Tôi nói với Hà, tôi đã kể hết chuyện "mối tình tay ba" giữa hai đứa với anh chàng học cùng trường cho ông anh tôi nghe rồi. Hà nói, mi kể chi dị rứa. Nhưng lát sau Hà lại hỏi, rồi ổng nói răng. Tôi cười. Nói tau với mi bỏ hắn là đúng rồi. Mi không bị la chi hết hả? Không. Ra chơi, Hà chép miệng, ông anh mi dân trường tây, coi bộ phóng khoáng hơn anh chị tau. Tôi đáp, chắc tại ổng đang yêu.

Trưa Hà theo tôi về nhà. Tôi bảo Hà lên lầu trước, còn mình thì chạy xuống bếp dặn chị người làm mang cơm lên cho hai đứa. Lúc tới bậc thang cuối cùng, thấy Hà còn đứng tựa lan can ở đó, tôi ngạc nhiên, ủa răng mi đứng đây. Hà không trả lời, mà hỏi lại, hồi nãy, phải ông anh mi vừa đi xuống đó không. Ông mô? Nhà tôi ngoài ông anh ruột, ba mẹ tôi còn nuôi thêm hai ông anh con cậu và con cô. Một ông lớn, hai ông ngang tuổi nhau. Hà bảo ông mang kính cận. Tôi ừ. Hà hỏi lại, ổng ở Sài gòn mới về hả. Tôi lại ừ. Tôi đã kể cho Hà nghe khá nhiều về anh tôi, nhưng đây mới là lần đầu Hà nhìn thấy anh. Tôi và Hà, thân nhau lâu, nhưng có một khoảng thời gian khá dài không cùng học chung lớp, cũng không chơi với nhau. Hai đứa giận nhau. Đúng ra Hà giận tôi, vì tôi đổi đi lớp khác. Mấy năm sau, có dịp học cùng, lại có dịp yêu chung một "thằng". Nhường qua nhường lại như cải lương. Cuối cùng hai đứa quyết định thực hiện câu Mường Mán viết cho báo Tuổi Ngọc, khoác áo gấm cho tình bạn, khoác vải thô cho tình yêu.

Thuở mười sáu, mười bảy tuổi, bày đặt nói chuyện tình yêu, nhưng chưa đứa nào biết tới cái nắm tay, nụ hôn. Áo gấm, vải thô nghe mà nhức nhối. Trưa hôm đó, tôi thấy Hà có vẻ hơi là lạ. Lúc hai đứa đang học chung bài lượng giác, Hà bỗng đòi nghỉ ngang, điều chưa bao giờ Hà làm. Tôi nói, tau nghỉ ngày mai ông Lâm Thành Bích kêu tau lên bảng quá, ổng hằm hè tau từ tuần trước rồi, biểu, tôi nghe đồn cô học giỏi lắm mà tôi chưa thấy chi hết. Hà thở ra, tự nhiên buồn quá mi ơi. Học không vô.

Tôi thả bút xuống bàn học. Học không vô thiệt. Nên ông thầy mới hằm hè tôi. Nên hồi đầu năm cha hiệu trưởng mới gọi Hà vào văn phòng, la một trận, tự dưng mà con học xuống dốc như vậy là sao! Hà và tôi, mỗi đứa một lớp, lúc nào cũng đứng chon von, chót vót trên mấy chục đứa trong nhiều năm. Học chung lại với nhau, lo áo gấm vải thô, mấy tháng liền, chẳng đứa nào lấy nổi cái bảng danh dự. Ngày nào gặp nhau cũng nói, phải chỉnh đốn lại tư tưởng, phải lo học nhiều hơn. Nhưng cuối cùng cả hai đều không chỉnh đốn, không lo gì cả.

Buổi chiều Hà về rồi, ông anh tôi đi uống cà phê với bạn, trước khi ra khỏi nhà, anh quay lại. Hà đó hả, lớn, dễ thương ghê. Tôi cười, làm thinh. Sáng hôm sau, Hà hẹn tôi ở quán phở đầu phố. Khi tôi đạp xe đến, Hà đã đứng chờ ở ngưỡng cửa nhà Hiền, đối diện với tiệm hủ tíu. Hiền cũng chơi chung với chúng tôi, thân với Hà hơn. Tuy nhiên không như hai đứa, Hiền quả như cái tên của mình, nhút nhát, rụt rè. Và cũng không như tôi với Hà, già trước tuổi đến hằng bao nhiêu năm, đám bạn chúng tôi nói, hai con bây lạ dễ sợ. Chuyện yêu chung một thằng con trai của tôi và Hà đã làm nhiều đứa ngạc nhiên. Ngẫn ngơ. Về sau, biết chúng tôi làm thơ và tập viết lách, đám con gái ngưỡng phục hết mình. Hà đã rủ tôi viết chung một cuốn tiểu thuyết. Mười sáu tuổi, hai đứa làm chuyện không tưởng được –chúng tôi viết chuyện tình. Nhưng không phải về chuyện anh chàng "bắt cá hai tay". Mỗi ngày chúng tôi thay nhau "feiulleton" một đoạn tình yêu tuổi mới lớn. Không nắm tay và không hôn nhau. Độc giả là lũ con gái cũng chưa biết yêu, chưa biết nắm tay. Phê bình cũng là cả bọn. Một đứa làm nhiệm vụ thư ký, tần mẫn ghi chép, đứa khác đem đi copy về làm của riêng.

Sáng hôm ấy, vừa khóa xe, tôi vừa nói với Hà, ông anh tau khen mi dễ thương. Từ phía sau lưng tôi,

Hà nói, rứa hả. Rồi làm thinh. Tôi tưởng Hà không chú ý, hay nghĩ ngợi gì đến anh, câu nói của anh, nhưng đến lúc đã gọi xong thức ăn, Hà bỗng ngó tôi. Hôm qua mi nói ông anh mi đang yêu phải không. Tôi cười. Không phải đang, mà yêu lâu rồi, chừ mới được trả lời. Ai? Hà hỏi. Tôi loay hoay lau hai đôi đũa cho hai đứa, đáp. Quỳnh, mi biết Quỳnh không? Hà chớp mắt, quay đi ngó người bồi bàn đang mang phở ra cho chúng tôi. Chị của Mai Hương phải không. Tôi ừ. Hà nhận xét, mặt con nớ dễ thương, nhưng cái miệng ngó hơi đỏng đảnh. Tôi gật đầu. Quỳnh đẹp hơn.

Quỳnh, Lâm Du Ngọc Quỳnh, chị của Mai Hương, suốt cả thời mới lớn, ông anh tôi ngồi đâu đó sau lưng trong lớp học, vẫn mơ ước hàng trăm lần, hàng ngàn lần được nắm lấy bàn tay nhỏ nhắn, được vuốt khẽ lên làn suối tóc đen mượt, được nói những ngôn từ yêu thương với người con gái ấy... Nhưng vẫn ngày hai buổi bao nhiêu năm như thế, anh cứ chỉ là người con trai lặng yên ở phía sau. Cứ đi về không ánh mắt, nụ cười Quỳnh đuổi theo.

Mãi cho đến về sau này, khi không còn chịu nổi cái không khí lớp học mà mấy mươi năm sau, anh bảo sặc mùi thực dân, rồi mãi cho đến lúc bỏ trường lớp đi rồi, anh mới được nghe một vài âm vọng từ phía Quỳnh.

Tôi nói với Hà, anh kể chuyện anh và Quỳnh cho tôi nghe sau khi tôi thành khẩn khai ra chuyện tay ba của ba đứa chúng tôi. Hà uống ngụm sữa đậu nành. Lát sau mới hỏi lại. Hiện tại là hai người đang yêu nhau?

Tôi chặc lưỡi. Tau không rõ. Nhưng chắc là đang yêu nhau.

Hà không nói gì. Nên tôi cũng thôi, không kể thêm. Hai đứa im lặng rất lâu như những hôm về học, đạp xe đi cả đoạn đường dài, mà chỉ nhìn nắng rớt rơi trên những tàn cây. Đến lúc đã tính tiền xong, chuẩn bị rời khỏi quán, Hà mới chuyển đề tài, trở lại chuyện học hành, nhắc tôi về cái dự tính sau này sẽ đi du học của hai đứa.

Tháng chín. Miền trung không có mùa thu, nhưng thị xã tôi vào lúc ấy, bầu trời không còn trong xanh, cũng không có những hôm lãng đãng mây trắng. Mà âm u xám và buồn như màu sữa pha. Từ chỗ tôi hay đứng trong cửa sổ mỗi ngày, đã không còn có thể nhìn thấy được chóp ngọn Hải Vân. Con sông chạy quanh thành phố, cũng đục ngầu phù sa, và những ngôi nhà nằm dọc bờ bên kia, đối diện trường học tôi, chỉ còn thấp thoáng, lờ mờ ẩn hiện như trong tranh vẽ.

Tháng chín, lớp học chúng tôi có vài ba xáo trộn. Nhà trường nhận thêm năm bảy học sinh mới, tản cư từ mặt trận Thường Đức, mùa hè năm ngoái về. Tôi nói với Hà, gia đình tôi chắc sẽ dọn vào Sàigòn. Ba mẹ tôi đang kiếm mua nhà ở đó. Hà ngạc nhiên. Mẹ tau cũng đang tính dọn đi. Chắc không đợi hết niên khóa. Hà bảo. Nghe, tôi liền bật lên tiếng kêu. Mừng rỡ. Rứa mà tau cứ lo từ bữa ông bà già tính chuyện. Sợ xa mi, không dám kể sớm. Hà nói. Tau cũng tưởng mỗi đứa sẽ ở một nơi. Bà già tau nghĩ, ở đây chắc không còn yên nữa đâu.

Ở đây, thành phố tôi sinh ra, lớn lên, và gắn bó như gắn bó với một người tình. Nơi tôi, Hà và gia đình hai đứa đã từng tính toan sẽ để chúng tôi rời khỏi khi xong trung học, sang tít tắp một nơi nào đó bên kia trời tây, nhưng thật sự, chắc chắn không bao giờ tính toan đến chuyện chúng tôi sẽ không quay về. Nên hẳn nhiên, cả hai chúng tôi, cũng chẳng bao giờ nghĩ đến chuyện mình sẽ bỏ lại sau lưng khung trời đầy ăm ắp kỷ niệm như vậy.

Cả khi chiến tranh loang ra như một vết dầu, mấp mé đến tận thành phố -mùa hè trước đó, cậu tôi mất tích trong một trận đánh lớn cách thị xã không xa- nhưng chúng tôi vẫn không làm sao tưởng tượng nổi người lớn, mẹ Hà, ba tôi nghĩ rằng thị xã sẽ không còn là nơi nương náu tốt cho chúng tôi. Hằng ngày, người lớn nói chuyện về chiến tranh, và toan tính chạy trốn đến những nơi an toàn hơn, chúng tôi cũng đã từng lo sợ theo, nhưng ở cái lứa tuổi nào đó, con người ta chỉ có thể mơ hồ cảm nhận, chỉ có thể loáng thoáng nhìn thấy điều gì đó chẳng lành. Và ngày ngày, vẫn rân ran quán xá nào mới mở, quần áo, thời trang nào mới ra. Tôi và Hà, như người lớn, bắt chước người lớn, túi rủng rỉnh tiền cha mẹ cho, không cần bọn con trai, tự đưa nhau đi uống nước ở những quán cà phê sang nhất thị xã, những nơi có tên Tây, không khí Tây, Crystal, Danube…, với đèn mờ, với dương cầm, với lò sưởi, với thảm lót sàn… Thư chị tôi từ Frankfurt, Darmstadt gửi về, làm hai đứa còn mường tượng đến một chân trời xa rộng hơn. Tôi chỉnh đốn, đi học tiếng Anh ở Hội Việt Mỹ đều đặn, siêng năng hơn. Hà bảo lần này vào

Sài Gòn, hai đứa phải đồng ý chuyện để gia đình mua xe máy cho hai đứa chạy. Hà nói. Đường xá Sài Gòn xa, tới lui học hành chung với nhau dễ hơn. Trước, cả tôi lẫn Hà đều phản đối cật lực, đều chỉ muốn đến trường bằng xe đạp để áo dài, tóc dài vờn bay.

Tháng chín, chiều tan học, vẫn những tàn mơ trên các con đường về nhà, tôi và Hà vẫn luôn chọn con đường xa nhất, nhiều bóng cây nhất để đạp xe đi chung với nhau. Cuộc sống vẫn yên bình, ngọt ngào và đáng yêu như truyện, như thơ trong quãng đời chúng tôi làm thiếu nữ.

Tôi chẳng bao giờ tưởng tượng ra, có một sáng tháng chín, tôi đã đến trường trong một nỗi kinh hoàng. Bầu trời đã buồn bã, và tối xám như không còn hôm nào tối xám hơn vậy. Tôi đi học muộn. Gặp Hà ở ngưỡng cửa phòng khánh tiết. Thường, đứa tới trễ sẽ hỏi han bạn trước, nhưng hôm ấy tôi không cách gì mở nổi nửa lời. Tôi sững người ra ngó Hà. Tôi sững người ra nhìn tà áo Hà trắng toát nổi bật bên cạnh khung cửa nâu đen. Và tôi đã đứng sững, như người chết.

Hà nhìn tôi, ngạc nhiên, có chuyện chi mà mặt mày mi ngó ủ dột dữ. Cổ họng tôi nghẹn cứng lại. Tôi muốn nói. Quỳnh chết rồi, nhưng không cách gì nói được. Tôi cứ đứng trơ ra đó. Và mãi cho đến sau này, tôi cũng nhớ rõ là bao lâu, tôi mới báo được cái tin dữ ấy cho Hà. Chẳng biết tôi đã nói với Hà bằng những từ ngữ nào, mà chỉ nhớ giọng Hà kêu lên rất thảng thốt. Quỳnh mô? Mắt Hà mở lớn như không hiểu được tôi đang đề cập đến chuyện gì. Ở độ tuổi chúng tôi thuở ấy, cái chết, hoàn toàn là chuyện không mường tượng nổi, huống chi người chết trẻ, như Quỳnh, là Quỳnh. Dạ tôi thót lại. Tôi đáp. Quỳnh, Ngọc Quỳnh. Giọng Hà bàng hoàng. Chúa ơi! Răng rứa? Tôi không trả lời được. Hà hỏi lại. Có thiệt là Quỳnh không? Tôi quay đi, lần này thì tôi thật sự không dám ngó Hà nữa. Tôi sợ sẽ bật khóc. Tôi ôm chặt lấy cặp sách vào ngực, nói vội. Thiệt. Không tặc.

Không tặc, rớt máy bay, chuyện vừa mới làm bàng hoàng cả thị xã, cả nước chỉ cách đấy mấy ngày. Nhiều người trí thức và có địa vị của thị xã chúng tôi đã chết trong chuyến bay oan nghiệt ấy. Nhiều người. Nhưng chúng tôi chỉ nghe tiếng tăm của họ, không quen. Chỉ có Quỳnh. Chỉ có Quỳnh thôi. Tiếng Hà bên tai tôi nghi ngờ. Có thiệt là Quỳnh không mi? Rồi Hà lại hỏi. Nhưng mà răng lại là Quỳnh?

Sao lại là Quỳnh? Sao lại là những người không oán thù gì với ai như vậy. Tôi làm sao có thể biết được. Quỳnh làm sao có thể biết được. Chẳng ai có thể biết được. Cái chết thường đến bất ngờ, nhưng người ta chết vì có kẻ muốn cướp máy bay, muốn sang chiến tuyến khác giữa thời điểm hai miền nam bắc giao tranh ác liệt như vậy, với người lớn, với kẻ gây ra tang tóc chiến tranh, có ý nghĩa như thế nào, và tại sao, thì những đứa con gái như tôi, như Hà, như Quỳnh thuở ấy, làm sao có thể hiểu được.

Tôi không đáp được thêm lời nào. Chúng tôi không biết nên nói gì với nhau thì đúng hơn, nên cứ đứng lặng yên ngay giữa lối đi. Bình thường vào giờ đó, chúng tôi sẽ chộn rộn kéo nhau ra một góc sân, ồn ào tán dóc chuyện trên trời dưới biển, từ truyền hình, phim ảnh, đến sách vở, áo quần, thời trang. Hoặc không thì hai đứa sẽ lao nhao đi theo đám bạn nghịch ngợm chọc ghẹo bọn con trai cùng lớp. Sáng hôm ấy, chuyện tôi đem tới, không chỉ đơn giản, buồn, đối với hai đứa, không chỉ bất ngờ, mà đã vượt lên trên mọi thứ. Có điều gì đó, hơn cả sự sợ hãi, hơn cả nỗi cùng khủng vây lấy chúng tôi.

Lát sau chừng như Hà có vẻ bình tĩnh lại. Hà nhỏ giọng, hèn chi sáng ni tau gặp con Mai Hương ngoài cổng, mắt đỏ hoe.

Cái câu Hà nói, thật hết sức bình thường, vô cùng bình thường, nhưng đã hơn ba mươi năm trôi qua mà tôi vẫn nghe như ở đâu đây. Vẫn bên tai, thật gần. Rất gần. Vẫn như trước mặt mình là hình ảnh em gái Quỳnh đâu đó ngoài sân trường. Vẫn cái tà áo trắng của Mai Hương, của Hà trắng toát giữa bầu trời mù. Vẫn hiển hiện cách rõ ràng cái không khí ảm đạm của một buổi sáng tháng chín trong tôi.

Khi vụ không tặc xảy ra, tôi không nhớ rõ lắm vào lúc nào, buổi sáng hay chiều. Chỉ nhớ quanh chúng tôi, người lớn bàn tán xôn xao về những nhân vật quan trọng, những người thuộc giới trí thức bị nạn trên chuyến bay ấy. Chiếc Boeing bốn trăm lẻ bảy. Chiếc máy bay nổ trên không bằng một quả lựu đạn rồi rơi xuống đất giữa đường bay từ thị xã tôi vào thủ đô. Kẻ gây ra cái chết của nhiều người vô tội ấy, tôi nhớ rất rõ, không còn trẻ, nhưng cũng không đủ già để có thể gọi là người chán đời, không còn muốn sống. Con người ấy, chắc chắn đã biết mình muốn điều gì, làm điều gì, và có lẽ rất tỉnh táo, nên khi nhận ra viên phi công không làm đúng lịnh anh ta yêu cầu -bay ra Bắc, đã làm nổ tung quả lựu đạn tháo chốt sẵn cầm trên tay, kết liễu cuộc đời không chỉ riêng mình bản thân anh ta, mà tất cả mọi người có mặt.

Tôi nói với Hà, anh tôi vừa về đến nhà chiều qua. Vài ngày trước đó, anh mới từ thị xã vào Sài gòn. Mới vừa hẹn với Quỳnh sẽ đi thăm khi Quỳnh vào đến nơi. Những tháng năm dài, chờ đợi một cái ngoái đầu, một nụ cười, ánh mắt quay lại, tưởng nghỉ hè xong, vào lại thủ đô lần này, anh và Quỳnh sẽ có nhiều thời gian ngọt ngào đằm thắm với nhau. Nhưng không. Cái định mệnh tàn khốc đã đến với anh, với Quỳnh. Như một vệt sáng tắt ngấm, một đốm lửa tàn trong đêm tối. Quỳnh biến mất ra khỏi cuộc đời, biến mất vĩnh viễn đột ngột, bàng hoàng ra khỏi anh, giấc mơ anh.

Tôi kể cho Hà nghe, sáng hôm anh thức dậy, chuẩn bị đi học, và chuẩn bị tối ấy sẽ đến thăm Quỳnh, thì nghe radio đưa tin không tặc. Chuyến bay từ thị xã vào Sài gòn đã rớt cánh nửa đường. Thông tấn xã Việt Nam đọc danh sách người tử nạn ngay lúc anh vừa chân trong chân ngoài ngưỡng cửa. Một người trong những bạn bè anh, cùng ở chung nhà trọ, nói lớn, chờ chút. Rồi tiếp liền sau đó, tụi bây im lặng, để coi có người quen của mình hay không. Bạn anh nói, không biết đùa hay thật, nhưng khi nghe, anh cũng dừng lại đôi giây. Và rồi anh chăm chú. Anh nghe từng cái tên được xướng lên. Anh nhận ra. Không, chẳng có ai quen. Chẳng có ai thân.

Chẳng có ai hết. Chỉ trừ một người. Chỉ trừ một cái tên anh từng gọi hằng bao nhiêu lần trong mơ, hằng bao nhiêu lần trong trí. Anh sững sờ chết lặng ở ngưỡng cửa. Anh mở mắt to nhìn vào trong nhà. Anh không thấy ai. Mọi người chừng cũng không ai thấy anh. Không ai dám thấy anh.

Cái tên đã vang lên như một cơn bão. Như một tiếng sét. Như một phát súng. Bắn trúng vào giữa trái tim anh. Anh kinh hãi. Rồi anh bàng hoàng.

Tôi nói với Hà. Xác Quỳnh cháy xám đen. Co quắp. Tôi kể cho Hà nghe. Nhiều người đã chết trong tư thế như vậy. Giống hệt như Quỳnh. Gần như chẳng còn ai có thể nhận ra xác người thân mình. Gần như chẳng có ai có thể phân biệt được xác Quỳnh với xác những người cùng chết với Quỳnh. Anh cũng nói, anh không thể nào còn nhận ra Quỳnh. Quỳnh dịu dàng. Quỳnh mềm mỏng. Quỳnh dễ thương của anh. Anh không thể nào tưởng tượng được hình hài nằm đó, xác người nằm đó, giữa những hình hài, những xác người, là Quỳnh.

Anh xanh mướt như một tàu lá khi về đến thị xã. Cả nhà tôi không ai dám hỏi han anh. Như bạn bè anh đến thăm đã không dám tỏ bày với anh điều gì. Mẹ tôi lắng lo nhìn anh lên lên xuống xuống, đi đi về về. Lặng lẽ như một bóng câm. Tối tối anh ngồi giữa vùng ánh sáng nhạt nhòa. Bài hát thật buồn, thật đớn đau cứ quay đi quay lại. Hai vai anh có khi rung, khi rũ xuống như một thân lá chết. Đừng bỏ em một mình, đường về nghĩa trang mênh mông...

Cuộc sống khép lại như bức màn sân khấu khép lại sau lưng chúng tôi. Chiều tháng chín năm xưa, tôi và Hà theo anh đi thăm mộ Quỳnh, từ trên đồi thông cao đứng nhìn xuống mặt biển bao la và cát trắng, hai đứa đã ngẩn ngơ tự hỏi, bên kia cái chết là gì. Hà viết cho anh mấy trang giấy vở học trò. Tôi thay anh làm thơ. Cho Quỳnh. Tháng chín tôi về với em. Cơn mưa rớt hạt nặng thêm nỗi lòng... Cả hai chúng tôi, đều bồng bềnh như trên những đám mây như vậy suốt bao nhiêu ngày tháng dài.

Ba mươi năm sau, Hà viết thư cho tôi. Người ta đang kỷ niệm ba mươi năm chiến thắng miền nam. Ba mươi năm đã qua đi trong cuộc đời của hai đứa bọn mình, ngày xưa, cái chết nó ghê gớm quá đối với chúng ta, nhưng tau đang nghĩ, phải chi mình được chết ngay từ lúc trẻ như Quỳnh, chắc có lẽ, đã còn hơn. Chắc có lẽ, đã thảnh thơi.

Chắc có lẽ. Tôi trả lời Hà như vậy. Và buồn tênh nhìn lại những đoạn đời mình và bạn đã qua đi, tự hỏi, có còn nỗi nhọc nhằn nào hơn những nỗi nhọc nhằn, những tháng năm cùng khủng hai đứa từng trải hay chăng. Hà viết, ở đây nhiều khi nghe Trịnh Công Sơn, Lặng Lẽ Nơi Này, mà tau không thể ngăn được giọt nước mắt cứ ứa ra ở đầu mi.

Tôi phương trời xa, cũng chỉ một góc trời, một góc đời mòn mỏi. Tôi viết trả lời Hà. Định mệnh chưa bao giờ nở nổi nửa nụ cười, cuộc sống chưa bao giờ phóng khoáng nuông chiều hai đứa, nên chắc có lẽ, cái chết cũng sẽ không đến dễ dàng và không thảnh thơi với cả hai chúng ta đâu.

Hà hẹn tôi, về đây đi, tau với mi bay về thị xã, hai đứa mướn xe đạp, đi lại những con đường mình đã đi, tới những nơi mình đã tới. Rồi leo cả những con dốc mình từng leo. Để, kẻo lực sắp tàn, hơi sắp kiệt, làm sao có thể sống lại một thời, Nga ơi!

Trước khi gác máy, Hà rủ tôi về thăm mộ Quỳnh. Tôi ừ. Hứa hẹn với Hà chuyến về. Gác máy xong, tôi ngồi nhìn lặng vào bóng đêm như nhìn những tàn phai của cuộc đời, nhớ đến lời Hà. Lực sắp tàn, hơi sắp kiệt. Và tôi tự hỏi lòng, nhưng còn bao lâu nữa thì chúng tôi mới đến được nơi Quỳnh đã đến?

■

KẺ KHÔNG CHIẾN TUYẾN

Gửi anh PN §NQĐ

Khoảng đầu thập niên bảy mươi, tôi chỉ mới vừa lên trung học, chiến tranh trong con mắt tôi lúc ấy, hoàn toàn giống hệt như phim truyện nhiều tập, *combat*, Mỹ đánh Đức trên TV. Sau khi Mậu Thân qua đi vài năm, thảm kịch mồ chôn tập thể được đài truyền hình Huế gần như chiếu đi chiếu lại mỗi ngày, nhưng tất cả những ấn tượng để lại trong tôi, chỉ là sự rờn rợn xương sống trước cảnh nhiều bà mẹ đã khóc điếng người khi nhận ra một vài dấu hiệu quen thuộc, manh áo, sợi dây chuyền, vòng đeo tay..., của người thân mình còn bám dính trên những mảnh xương vừa mới được đào lên từ hố sâu. Hay khi đôi ba hình ảnh được chiếu gần, hiện rõ lên những sợi dây điện, dây lời tói dùng để buộc chặt các ống xương tay, xương chân lại với nhau, cùng lời bình luận về những người bị chôn sống ấy, khiến lũ con nít chúng tôi rùng mình, bịt mắt sợ hãi, thì rõ ràng tôi đã không thể nào nhận ra hết được mức độ man rợ của người đối với người, cũng không nhận ra cái tương tàn khủng khiếp của một cuộc chiến giữa những kẻ cùng tiếng nói, cùng văn hóa là thể nào.

Quả thật, ngày ấy chúng tôi đã coi những thước phim như vậy, chỉ vì không có gì khác để coi, và coi theo người lớn. Chúng tôi cũng đã phải nghe chuyện đánh nhau, chuyện chiến tranh qua các đối thoại của người lớn trong các bữa cơm, tiệc tùng, chỉ vì bị bắt buộc phải ngồi gần đâu đó. Vậy thôi.

Vào thời ấy, ngoài đường phố, đi đâu cũng nghe nhạc Trịnh Công Sơn, khi đất nước tôi không còn chiến tranh, đàn bò vào thành phố, người nô lệ da vàng ngủ quên trong căn nhà nhỏ... Thỉnh thoảng, trong trường học, bọn con nít chúng tôi đang ngồi trong lớp, phải túa nhau chạy ra ngoài vì lựu đạn cay bung ra dưới sân cờ. Nhiều bài thơ, bài hát bên trường công chuyền sang, từ những đàn anh đàn chị lớp lớn đưa xuống, không rõ tác giả là ai, nhưng tôi vẫn còn nhớ mang máng, "kính thưa thầy, đây là bài chính tả của con. Bài chính tả nói về nước Mỹ. Con viết hai lần, sai chữ America. Con viết hai lần sai chữ America. Làm sao được. Làm sao được. Bởi anh con vừa chết...".

Thời ấy, ở trong nhà, có một lần tôi chứng kiến tận mắt cảnh một người quen, người cùng làng với mẹ tôi, nhân dịp ra thành phố chơi, ghé lại thăm ba mẹ tôi, đã ngã xuống đất ngất xỉu, chỉ vì nghe thấy một tiếng đằng hắng của một kẻ cũng tình cờ ghé lại thăm ba mẹ tôi -kẻ đã tra tấn ông trong những đợt huấn chính thời đệ nhất cộng hòa. Và cũng trong nhà, tôi được biết ba mẹ tôi thỉnh thoảng phải làm những công việc hoàn toàn không tự nguyện, không muốn, là phải tiếp tế tiền bạc, thuốc thang cho một người nào đó phía bên kia, rồi thỉnh thoảng phải hối lộ cho một ông nào đó phía bên này, vì lý do, cậu tôi theo mặt trận, trốn vào rừng đã nhiều năm.

Không khí về những ngày ấy, có thể mang nhiều ý nghĩa đối với người lớn, nhưng rốt cuộc, chiến tranh, dường như hoàn toàn vẫn ở ngoài tầm mắt của tôi, vẫn thuộc về một thế giới nào đó mà tôi không tài nào hiểu nổi vì sự bạo tàn của nó. Tuy nhiên, tháng mười hai bảy hai, khi những trận mưa bom B52 dội xuống miền bắc, tôi nhớ rõ đinh ninh cái cảm giác của tôi lần đầu tiên được nhìn thấy hình ảnh Hà Nội, với sông Hồng, với cầu Long Biên..., một cách lờ mờ trong khói bom được chụp từ trên không, đăng ở những nhật báo ba tôi đọc hằng ngày, đã không là cái cảm giác đau đớn, hay thương tâm cho thân phận của dân tộc, mà chỉ là những nỗi niềm bâng khuâng, lãng mạn về một vùng trời gần như đã trở thành huyền thoại. Cái cảm xúc, trữ tình, thương nhớ, có thể nói, "rất Mai Thảo", mà bọn chúng tôi khi mới vừa bắt đầu lớn, tập tành đọc, tập tành mơ mộng, cứ mang vào trí tưởng tượng, xem như đó là của chính mình.

Thành phố tôi, sau mùa hè đỏ lửa ở Quảng Trị, dân cư đã trở nên đông đúc hơn, nhà cửa bắt đầu được xây san sát nhau hơn, lầu cao hơn, phố xá thênh thang hơn. Tôi nhớ khi hàng cây kiền kiền trước nhà tôi bị đốn vì thiên hạ mở đường, xây cống và làm nhà, tôi đã ngẩn ngơ như tiễn người thân nào đó ra đi không bao giờ trở lại. Thành phố dần dà mất nhiều bóng cây, nhưng dần dà cũng trở nên rộn rã hơn.

Và khi nhiều hàng nhiều quán mọc lên, chen chúc bảng hiệu, đời sống có vẻ nhộn nhịp hơn, thì đâu đó, tôi cũng lãng phai từ từ, mất từ từ đi những tiếc thương vu vơ cho một hàng cây, một góc phố như hàng nghìn đứa con gái mới lớn khác ở thành phố chúng tôi. Chúng tôi có nhiều điều khác để bận rộn hơn. Lúc đó tháng Giêng, bảy ba, hiệp định Paris vừa được ký kết. Vào khoảng thời gian này, tôi mười bốn tuổi, bắt đầu mê làm người lớn, mê thơ Đinh Tiến Luyện, Từ Kế Tường, mê báo Tuổi Ngọc của Duyên Anh. Nhưng đồng thời cũng bắt đầu mê nhảy đầm, ăn mặc thời trang, kính cận to che trùm cả khuôn mặt, áo dài cao quá gối eo xẻ gần chạm dây nịt ngực, mini jupe ngắn củn cỡn đo từ lưng váy xuống tới gấu chỉ hơn hai mươi phân...

Những tháng năm tôi bắt đầu lớn, ba tôi, vào thời kỳ đất nước lộn xộn như vậy, theo ông, thì phương cách hữu hiệu nhất, chắc ăn nhất để bảo vệ tính mạng cho con, là đưa chúng tôi ra nước ngoài du học. Con gái đi du học, khỏi lấy chồng lính. Con trai đi du học, khỏi đi lính. Ba tôi nói vậy. Và làm vậy. Tuy nhiên khi chị tôi đi rồi, đến lượt ông anh kế lớn hơn tôi vài tuổi, vốn dân học trường tây từ nhỏ, bỗng thình lình phản đối không chịu đi nước ngoài như vậy. Mãi cho đến bây giờ, tôi thật vẫn không biết anh tôi đã được hay bị giáo dục như thế nào trong suốt những năm chỉ học mỗi tuần vài ba giờ tiếng Việt, hiểu biết lịch sử văn chương Tây nhiều hơn Việt, mà ông lại sợ văn hóa Tây như sợ hủi. Bất đắc dĩ, bất khả kháng, ông mới phun ra một câu tiếng Tây. Tôi vẫn thường hay nói, chúng tôi là... nạn nhân của lòng yêu thương quá đáng từ ba tôi.

Khi anh tôi không chịu đi Tây mặc dầu giấy tờ đã làm xong, visa cũng chuẩn bị lấy, ba tôi đã khóc với anh một trận tơi bời. Nhưng sau cùng thì ba tôi cũng phải đồng ý cho anh tôi học ở Sài gòn. Ông ra điều kiện, không được tham gia những đêm không ngủ, không được đi biểu tình đấu tranh, không xuống đường, không theo thiên hạ rải truyền đơn, không vào bất cứ tổ chức sinh viên nào, và mỗi năm phải bảo đảm một chứng chỉ để không bị động viên. Tôi không nhớ và không biết anh tôi đã trả lời ra sao với ba tôi, nhưng trong suốt những năm học đại học ở Sài gòn, anh tôi đậu mỗi năm một chứng chỉ, và hè, Tết, về thăm nhà, anh chỉ lẩn quẩn vào ra nghe nhạc tình, và đọc truyện kiếm hiệp Kim Dung.

Vào thời gian này, lính Mỹ đã rút quân khỏi Việt Nam rất nhiều. Thành phố tôi, những quán rượu, bar bắt đầu giảm xuống. Những con đường ngày trước, bọn nữ sinh như chúng tôi không dám về qua một mình, đã bắt đầu thấy có vẻ sạch sẽ hơn, bóng dáng những cô gái điếm ăn mặc hớ hênh đã không còn xuất hiện làm gai mắt thiên hạ và làm sợ hãi chúng tôi như trước nữa.

Mọi người rộn ràng hớn hở, sẵn sàng và chờ đón những phép mầu kỳ diệu sắp xảy ra trên quê hương. Hằng ngày người ta nói về chuyện chiến tranh sẽ qua đi. Hòa bình sẽ tới. Chúng tôi nghe Phạm Duy, này em đã đến giờ mẹ đưa em đi chợ, rồi khi đưa nhau về, gặp anh hippy trẻ, mặc áo rách đứng bên lề đường... Cả những loại nhạc chúng tôi không thích, cũng lọt vào tai chúng tôi, một mai khi giã từ vũ khí, rồi sẽ có một ngày chinh chiến tàn....

Hòa bình, trong con mắt mơ ước của nhiều người, lúc ấy, tôi nghĩ có thể chỉ đơn giản là chuyện những anh hippy trẻ sẽ thất nghiệp vì không còn gì để đấu tranh. Là lính không còn phải ra mặt trận. Là những người vợ son không còn phải lắng lo khăn sô sẽ chít lên đầu mình một lúc nào đó. Là lũ chúng tôi, ở lứa tuổi mới lớn, sẽ hết còn hứng những loạt lựu đạn cay, thảy vô trách nhiệm vào sân trường. Là sẽ hết những hôm bị xếp hàng đi biểu tình chống cộng sản. Hết còn phải nghe nhạc phản chiến, nhạc kêu gọi về nguồn...

Hoà bình, đơn giản như con nít đón Tết, vui vẻ như những câu hát, kể chuyện tình bằng lời ca dao. Nhưng hòa bình, chắc chắn không chỉ riêng với chúng tôi dạo ấy, mà với cái không khí chung, là một "cái" gì đó, hết sức trừu tượng, hết sức mơ hồ. Chắc chắn, mỗi người, đã mường tượng, vẽ vời trong trí mình một hình ảnh riêng tư, đặc biệt về ngày ngưng tiếng súng. Hẳn nhiên, chúng tôi không có thể "kết án" người lớn khi mơ về một tương lai tươi đẹp, không nói rằng giấc mơ ấy sai, cũng như không hề phản đối khi người lớn ngợi ca hòa bình, tuy nhiên có thể nói, hầu hết những điều chúng tôi được dạy, được nhồi nhét vào tư tưởng, hoàn toàn không thực tế chút nào.

Nhiều khi tôi tự hỏi có phải chúng tôi đã ngây thơ vì người lớn đã dạy cho chúng tôi những điều ngây thơ, hay bởi chính người lớn cũng ngây thơ? Trong những năm chiến tranh, tôi có cảm giác, nếu tách rời được chúng tôi ra khỏi những diễn biến tàn khốc đang xảy ra trên quê hương chừng nào, thì dường như người lớn càng cố gắng thực hiện chừng nấy. Sau này, tôi cũng lại tự hỏi, khi gieo mầm lãng mạn vào trí chúng tôi, tình cờ hay hữu ý dạy chúng tôi sống lối sống không dính dáng đến chiến tranh, "ru ngủ" chúng tôi bằng những ảo mộng hòa bình, rời xa thực tế như thế, có người lớn nào đã chịu khó ngồi xuống suy gẫm và tự nhận lấy phần nào trách nhiệm của mình hay không? Có người lớn nào đã đứng lặng yên ở một chỗ, từ trên cao, rồi nhìn xuống những gì chúng tôi trải qua hay chăng? Có ai đã từng nghĩ đến những hoang mang gần như tuyệt vọng của chúng tôi, khi đất nước không còn chiến tranh, tất cả mọi điều xảy ra, hoàn toàn chẳng mảy may nào giống như những gì người lớn đã vẽ vời?

Lúc đất nước không còn tiếng súng, tôi chưa học xong trung học. Có nghĩa, ba tôi không còn cần phải đưa tôi ra nước ngoài du học, không còn cần sợ tôi phải lấy chồng lính, cũng không cần phải lo tôi sẽ trở thành góa bụa ở tuổi đương thì. Tất cả mọi thứ lo lắng ấy của ba tôi hoàn toàn biến mất, như người làm xiếc vung chiếc gậy lên làm biến mất những thứ ông ta mới trưng bày trước mặt khán giả.

Nhưng lúc đất nước không còn tiếng súng như vậy, tôi đã ở lại, cách bắt buộc, và đã hứng trọn những cái người ta gọi là đòn thù. Tuổi trẻ tôi, như hàng nghìn hàng triệu người đồng lứa với tôi, đã qua đi trong tối tăm, trong thui chột, mù lòa.

Tôi sẽ không bao giờ dùng chữ hòa bình để nói lên tình trạng đất nước dầu chiến tranh đã qua đi ba mươi năm, bởi vì tôi chưa bao giờ thật sự nhận ra có hòa bình trên quê hương. Tôi hoàn toàn không thể nghĩ đến một điều gì khác, bởi vì vẫn nhìn thấy sự thù hận còn đành rành như một vết cắt trên lớp gốm non, rõ mồn một từng tí chút giữa người và người, giữa kẻ chiến thắng cũng như kẻ bại trận. Tôi cũng không muốn dùng hai chữ hòa bình khi vẫn còn nhìn thấy chính tôi, kẻ chẳng hề tham gia chiến tranh kẻ chẳng chút nợ nần nào với dân tôi, quê hương tôi, mà vẫn bị người phía bên kia xem như một thứ cặn bã. Hơn như vậy, tôi cũng sẽ chẳng bao giờ dùng đến hai chữ hòa bình, khi ở ngay đây, bên ngoài quê hương, vẫn còn rất nhiều người, mặc dầu cũng đang là những kẻ tị nạn, chính trị, hay kinh tế, như tôi, như bao nhiêu người, nhưng lại dám ngạo nghễ, dùng những giọng điệu hết sức trịch thượng, hợm hĩnh đối với chúng tôi, cái thứ giọng điệu của những kẻ đang ngồi ở ghế thống trị bên nhà. Có thể tôi là người cực đoan, xét nét quá đáng, nhưng cạn lòng mà nghĩ, không lẽ tôi không được phép cho chính tôi được xử dụng những từ ngữ tôi mà tôi muốn hay sao?

Tôi đã ở lại cùng với gia đình mười ba năm. Mười ba năm, dường như chưa hề có một lần tôi được xem là người có thể tin cậy được trong xã hội. Lý lịch gia đình tôi, người ta cho là không bình thường, nói gì đến hai chữ "trong sạch" như yêu cầu. Lý do là lúc ở liên khu năm, ba tôi tham gia kháng chiến, nhưng vì thành thạo tiếng Lào, nên sau thời gian làm việc ở viện quân y, phụ tá cho bác sĩ Tôn Thất Tùng, ông được cử về làm nhiệm vụ canh giữ tù binh Lào. Trên tờ khai lý lịch của anh em tôi sau ngày ba mươi tháng tư, khi ghi những điều ấy ra, bao giờ người ta cũng tỏ ra nghi ngờ cái thứ công tác lạ tai này của ba tôi. Và chuyện thứ hai, người ta không tin, không chấp nhận được ba tôi, không chấp nhận được tờ khai lý lịch của anh em chúng tôi, là vì ba tôi đã "đưa con ra một nước tư bản, phản động, phát xít" để đi học.

Nên do đó, mặc dầu ở năm cuối cùng bậc trung học, tôi là học sinh xuất sắc của lớp, của trường, là người tham gia đủ mọi công tác, có nhiều khả năng văn nghệ văn gừng báo chí, vượt cả chỉ tiêu nhà trường đòi hỏi, nhưng vẫn không cách gì kiếm ra được một chỗ ngồi trong trường đại học. Hai lần đi thi, tôi hạ từ đại học xuống trung cấp, mà vẫn không đậu. Sau xuống thêm, học nghề chín tháng lại cũng rớt. Ông anh họ tôi, bác sĩ thành ủy Sàigòn, khuyên tôi nên đi thanh niên xung phong để đổi mới cuộc đời. Mẹ tôi cay đắng bảo tôi nên chịu dốt đi là hơn. Nhưng ngồi nhà vào ra mãi cũng chán ngán, tôi nộp đơn xin đi làm. Không ngờ người ta cho tôi đi làm ngay. Bởi lúc đó công ty cấp ba mới mở, cần gấp một thư ký đánh máy, mà cái huyện lỵ tôi ở, những thứ biết gõ bàn phím chữ dẫu dở như tôi, đếm chắc không đủ mười đầu ngón tay. Tuy nhiên khi đi làm rồi, vào cơ quan nhà nước rồi, tôi mới biết tôi vẫn bị xem như là một thứ lặt lìa, sắp gãy. Thủ trưởng trực tiếp của tôi có lần từng nói với tôi, phải xét lại lý lịch của tôi. Có nghĩa, nếu có "xác minh", tôi sẽ bị đuổi việc bất cứ lúc nào.

Thuở đó, mỗi ngày tôi gõ năm ba bản công văn, báo cáo của chủ nhiệm công ty thương nghiệp lên huyện, tỉnh, cuối tháng đánh bản lương và hàng tuần lóc cóc mở hồ sơ, sổ sách cho phòng kế toán, văn bản xin hàng cho phòng kế hoạch.... Hoàn toàn đã chẳng có một thứ nào được kể là quan trọng và bí mật. Bởi thứ công văn mật, đã có người khác làm. Tôi giống hệt như một con vẹt chỉ biết nhái lại tiếng người. Khi Trung Cộng chuẩn bị đánh Việt Nam, tôi cũng tham gia tập xử dụng súng và đi gác đêm, nhưng lúc đi khám nghĩa vụ quân sự theo như lời phó phòng hành chánh của tôi tuyên bố "cho có phong trào, chứ không ai kêu nữ đi bộ đội", thì tôi rớt tuyển. Không phải vì tôi là phụ nữ, mà vì lý lịch tôi đáng ngờ.

Những năm tháng ấy, tôi đã đứng chòng chành trên một chiếc bè, trôi theo giòng định mệnh. Nếu gặp cơn gió mạnh, chắc chắn là tôi đã rơi ngay xuống vũng lầy nghiệt ngã.

oOo

HOÀNG NGA

Tôi ở lại, hứng đủ mọi thứ buồn bã của cuộc đời, từ xã hội đưa đẩy, cho đến những hoàn cảnh chính mình tạo nên do cái vốn sống thiếu thực tế, ngu si về chính trị, dốt nát về ứng xử, đần độn về sự lọc lừa...

Nhiều lúc ngoảnh lại nhìn chặng đường tôi đã đi, tôi tự hỏi, nếu như chính tôi và những người cùng thời tôi, có được một phương hướng nào đó, một chỉ dẫn rõ ràng nào đó, cho dẫu là một phương hướng xấu đi chăng nữa, thì cuộc đời của chúng tôi có thể khá hơn, hay không? Hoặc giá như chúng tôi được dạy dỗ phải căm ghét một chủ nghĩa, thù hận một chế độ, hệt như người miền bắc đã phải nhận chịu sự giáo dục rập khuôn trong nhiều năm trời, thì có thể chăng, bây giờ chúng tôi cũng được hiên ngang xếp vào một hàng ngũ nào đó?

Ngày xưa ba tôi đơn giản không muốn anh chị em chúng tôi dính dáng gì đến chiến tranh vì chính ông đã từng tham gia, từng dính líu với chiến tranh. Ông từng chứng kiến những nỗi đau đớn của đồng đội ông khi bị bom đạn dày xéo, ông từng tham gia cưa một bàn chân, mổ một quả thận, cắt một khúc ruột đổ ra ngoài thành bụng trong những điều kiện y tế thiếu thốn, nên ông không muốn anh tôi, chồng chị tôi, và chồng tôi sau này, nếu chiến tranh vẫn còn kéo dài, sẽ có một lúc nào đó, giống như những kẻ từng nằm trên bàn mổ của ông ngày xưa.

Ba tôi suy nghĩ đơn giản chỉ vì ông sợ chúng tôi chết trẻ, người phối ngẫu của chúng tôi chết trẻ. Ba tôi căn dặn anh tôi không tham gia đấu tranh. Căn dặn chị tôi lo học cho thành tài. Ba tôi muốn an phận, muốn chúng tôi có một đời sống bình thường. Ông đã khiến được anh tôi bước một bước lùi, vì anh tôi vẫn ở gần ông. Còn chị tôi, những năm tháng chị tôi làm sinh viên xa nhà, học thì học rất giỏi, nhưng đồng thời chị cũng rất tận tình trong những phong trào chống đối chính phủ Việt Nam Cộng Hòa, phản đối chiến tranh. Tôi không biết nếu như ba tôi vẫn còn sống, và bây giờ có dịp để ngồi xuống với chúng tôi, đề cập đến những vấn đề này, thì ông sẽ trả lời như thế nào đây, và sẽ tự nhận chịu bao nhiêu phần trăm trách nhiệm đối với tổ quốc, quê hương?

oOo

Người lớn, tôi nghĩ, thường hiểu lầm chúng tôi, như chúng tôi sẽ hiểu lầm thế hệ đi sau mình. Người lớn vẫn đặt ra câu hỏi, tại sao chúng tôi băn khoăn cho hiện tình đất nước, tại sao chúng tôi day trở về những gì đã và đang xảy ra cho quê hương. Tại sao chúng tôi không chịu ngồi yên khi chiến tranh qua đi đã ba mươi năm rồi?

Tôi vẫn thường tự hỏi, cái giá mà đất nước đã phải trả cho bao nhiêu năm chinh chiến là gì? Cái giá mà những đứa nít nhỏ như chúng tôi đã được giáo dục bằng những tư tưởng lãng mạn suốt thời gian ấy là gì? Có ai đã từng tính ra chưa?

Người lớn, có lẽ đã tưởng rằng chúng tôi không tham gia vào trò chơi chiến tranh trong suốt thời gian đất nước có chiến tranh, nên có thể thấy chúng tôi giống hệt như những thứ "nhà giàu đứt tay". Khi chúng tôi nói lên những suy tưởng của mình về chiến tranh, viết về chiến tranh, có lẽ người lớn tưởng chúng tôi đang nói, đang kể, đang viết về những trận *combat* trên TV năm xưa. Cũng có người cho rằng vì chúng tôi mất tư thế con ông cháu cha, mất đời sống sung sướng, không còn được hưởng những gì đã có, nên chúng tôi oán hận, chúng tôi thù cộng sản đã đành, mà chúng tôi còn thù cả người lớn, người quốc gia.

Người lớn, hẳn nhiên có quyền nghĩ, và suy diễn theo ý người lớn, bản thân tôi cũng không đại diện cho những người đồng thế hệ mình, để lên tiếng nói. Nhưng tôi thấy không công bình. Thấy dường như chẳng có mấy ai trong thế hệ chúng tôi gọi là người lớn, nghĩ đến những mất mát của chúng tôi. Những mất mát, chẳng phải là một vài cái bằng cấp, một đôi địa vị nào đó trong xã hội, cũng chẳng là những an nhàn vật chất. Mà là tuổi thanh xuân của chúng tôi. Cuộc đời của chúng tôi.

Tôi có thể khẳng định mà không sợ bị chê là nói quá, nói sai, rằng chúng tôi đã không hề có thanh xuân. Bởi chúng tôi chông chênh, không, không phải chông chênh, mà chúng tôi hề có một chỗ để đứng, không hề có một vị trí để xếp vào hàng. Như lời một người bạn văn lớn tuổi hơn tôi, bảo, chúng tôi là thế hệ những kẻ lọt khe. Thật vậy, chúng tôi đã lọt khe, rơi thỏm, mất hút, giữa giòng lịch sử của dân tộc.

Nước Đức vừa kỷ niệm sáu mươi năm ngày quân đội đồng minh đổ bộ lên bờ biển Normandie, và ngày Hitler tự sát, để tuyên dương công trạng của quân đội đồng minh, và để nhắc nhở cho thế hệ trẻ về những điều kinh hoàng mà Hitler đã làm trong quá khứ. Nhiều người Đức đã than phiền rằng lớp trẻ bây giờ vô ơn, không hề biết đến, đoái hoài đến những gì đau thương họ đã từng trải qua. Nhưng chiến tranh đã qua đi trên đất nước này hơn nửa thế kỷ, gần non một đời người, gấp đôi thời gian chiến tranh đã qua đi ở Việt Nam, mà ngoài những điều được kể lại, kể cả những nhọc nhằn, đau đớn cha ông phải chịu đựng, lớp người trẻ của Đức có quá khứ riêng tư nào về chiến tranh để tưởng nhớ, để mang ơn theo cách người lớn muốn họ tưởng nhớ và mang ơn? Đôi lúc tôi trộm nghĩ, lớp người trẻ của dân tộc này, một khi còn biết kinh tởm những điều Hitler đã làm, và không gia nhập cái gọi là tân quốc xã, đó đã là điều may cho đất nước họ nói riêng và cho thế giới nói chung rồi.

Người lớn, khi nói về chiến tranh, nói đến cuộc chiến tương tàn của quê hương, thường hay "bắt" chúng tôi đứng ở chỗ, không phía trước, cũng không phía sau. Có nghĩa là không cho phép chúng tôi thờ ơ, lãnh đạm với những gì đã và đang xảy ra cho dân tộc, quê hương, nhưng đồng thời lại cũng không cho phép chúng tôi day trở, băn khoăn như người lớn đang day trở, băn khoăn. Khoảng năm 98, tôi viết xong một cuốn truyện dài (Ở một phía xa lạ), nhắc đến sự nghi ngờ của người lớn khi thấy chúng tôi trong tư thế "đồng minh". Truyện viết xong, đọc lại, tôi thấy tôi chưa nói được điều tôi muốn nói, nên vẫn để nằm trong máy, không in, mặc dầu có nhà xuất bản đã đọc, và đã đồng ý in cho tôi. Hai năm sau, tôi viết cuốn khác (Đám Táng Linh Hồn), viết cách cụ thể hơn, tư cách nhân chứng hơn, về những điều xảy ra cho những lớp người cùng lứa tuổi tôi trong thời gian đất nước đã ngưng tiếng súng. Trong truyện, tôi tự lên án chính chúng tôi, và lên án người lớn về những tư tưởng tầm thường, hèn hạ, an phận. Tuy nhiên hoàn tất rồi, tôi cũng vẫn không vừa ý. Sau tôi viết tiếp cuốn thứ ba, chưa có tựa, xong đến hơn phân nửa. Nhưng cuối cùng, đến bây giờ, thì tôi bỏ cuộc. Tôi vất xó hết tất cả những gì tôi đã viết. Bởi tôi luôn luôn cảm thấy những điều tôi viết ra ấy, sẽ có rất ít người đồng cảm, và nếu viết, mà chỉ để giải tỏa một phần nào đó ẩn ức của chính mình, thì tôi sẽ để một chỗ, đọc một mình. Và nếu viết, chỉ để tiêu khiển, thì tôi cứ tiếp tục viết truyện tình yêu sầu đời, chắc chắn sẽ còn được độc giả mến mộ hơn!

Ba mươi năm đã trôi qua, những lớp người biểu tình hò hét phản đối hay ủng hộ chiến tranh, tham gia gián tiếp hay trực tiếp cuộc chiến ấy, giờ hẳn đã biết vị trí mình nằm ở đâu. Kẻ chiến thắng có thể là kẻ hiện đang ngồi sau bốn bức tường nhà giam dưới sự điều khiển của những con người là chiến hữu, là đồng chí của mình năm xưa. Cũng có thể là kẻ đang công thành danh toại, đang làm cái công chuyện ba tôi làm ngày ấy đối với chúng tôi, là chăm chút quần áo, xe cộ cho con cái, rồi gửi chúng ra nước ngoài du học, mặc dầu lý do để đưa con đi không phải vì áp lực của cái chết, cũng không từ đồng tiền lương thiện như ba tôi đã ra sức làm.

Và kẻ bại trận, có thể đang ngồi vá xe, đạp xích lô bên kia đại dương. Cũng có thể đang lãnh lương hưu, tiền welfare, họp bàn chuyện quốc sự, đội đá vá trời đâu đó, với bạn hữu, trong một quán nước, ngoài ghế đá công viên ở Orange County, ở Sydney, ở Toronto. Hoặc cũng thể đang tấn mẫn viết hồi ký chiến tranh...

Người lớn đã đang và sẽ vĩnh viễn được chọn, được nói đến cái vị trí của mình. Và dẫu cái vị trí đó có thật, hay chỉ là ảo tưởng, thì nó chắc chắn cũng đã là một vị trí, một chỗ đứng một chỗ ngồi. Chỉ có chúng tôi, những lớp người không nhỏ đủ để gọi là chẳng hiểu, chẳng biết gì hết về chiến tranh, nhưng không đủ lớn để tham gia vào cái trò chơi ấy, quả thật chẳng biết mình ở đâu, đi đâu, làm gì cho đúng. Có nên chăng, chúng tôi, tôi và những người đồng thời, sẽ la lối, gào thét lên rằng, chúng tôi là nạn nhân của chiến tranh, của quyền lực, mặc dầu ngày hôm nay, chúng tôi chẳng hề thương phế, chẳng mất đi phần thân thể nào đó của mình trong thời chiến? Cả tâm lý cũng không có dấu hiệu bịnh hoạn, của cái gọi là hội chứng sau chiến tranh.

Nhưng chúng tôi, những kẻ đã sống, ba mươi năm sau chiến tranh, và sẽ còn phải sống nhiều năm nữa, trong trạng thái mập mờ. Bơ vơ và lạc lõng. Không quê hương. Không đồng minh. Không cảm thông.

Chúng tôi đã bị đẩy vào một chốn không có vị trí. Cũng chẳng có chiến tuyến nào dành cho chúng tôi. Xin đừng chất vấn chúng tôi, tại sao...

(4/1995)

∎

NỤ CƯỜI THÁI THÚ

Anh từ miền Bắc vào thị xã tôi khoảng giữa năm bảy lăm, lúc Sài Gòn vừa mới mất chưa đầy bốn tuần lễ. Đúng ra phải gọi là anh về, bởi bác tôi tập kết, mang anh theo lúc anh chỉ độ một tuổi. Khi bác tôi trở về, anh trở về cùng. Và lẽ ra tôi phải dùng chữ hồi hương cho trường hợp của anh, mới đúng. Nhưng trông anh chẳng có gì là về. Cũng không là trở lại. Cái vẻ ngơ ngác, lạ lẫm với tất cả mọi thứ, từ khung cảnh quê nội, quê ngoại, đến bầu không khí anh chưa từng được nhìn thấy, chưa từng được trải qua trong đời, không xuất hiện nhiều lắm trên mặt anh, trong ánh mắt anh, nhưng trong những lời nói dè dặt, nhỏ nhẻ, trong những ngại ngần khoảng cách của anh khi tiếp xúc với chúng tôi lần đầu, khiến chúng tôi nhận ra, quê hương của anh, chẳng phải là nơi này.

Trời thị xã tôi tháng năm nóng cháy da. Anh vào. Mang dáng dấp bên ngoài, hoàn toàn chẳng có gì khác, so với những cán binh Bắc Việt, những người lính phía bên kia vĩ tuyến mới vừa tràn vào thành phố. Trên vai anh, cũng chỉ một chiếc ba lô con cóc, bộ áo quần lính bạc màu, và tất nhiên, nón cối, dép râu. Anh không đeo quân hàm. Cũng không súng ống để tự vệ, hoặc lấy oai gì cả, mặc dầu anh là bác sĩ quân y, từng phải chăm sóc, coi ngó hằng nghìn sinh mạng trong thời gian chiến tranh. Và thời quân quản, hằng bao nhiêu con người...

Trông anh bình thường. Hết sức bình thường. Phục trang bình thường. Kiểu cách bình thường. Cử chỉ bình thường. Thật đã chẳng có một nét nào đó khác lạ, để có thể phân biệt được anh với một người bộ đội cấp thấp nhất. Khi gặp anh, kể cả khi được giới thiệu, tôi đã nghĩ, chắc chắn là tôi sẽ không bao giờ để ý, hoặc sẽ chẳng bao giờ nhớ mình có một người thân như vậy, nếu không trừ một điều.

Nếu không trừ, không phải cái chạm mắt đầu tiên, của tôi, trên khuôn mặt có làn da mịn màng như con gái, bắt đầu hơi ưng ửng nâu vì cái nắng ác nghiệt của miền trung, nếu không là cái nhìn của anh đọng lại, sừng sững giữa mắt tôi, bàng hoàng.

Lúc ấy tôi vừa về học. Nhánh phượng vĩ cầm trên tay. Nắng lóa trên thềm nhà khi tôi bước vào. Giữa trưa, đôi tà áo tôi trắng tinh, thứ lụa nội hóa dệt hoa cúc lóng lánh sáng như kim cương. Tôi thuở ấy, mười bảy tuổi, vai mảnh eo thon, môi nồng mắt sáng. Tóc dài xõa đen tuyền, mượt mà hương bồ kết.

Khi tôi bước vào, anh nhìn ra. Tôi tràn lên như con sóng lớn. Anh lặng yên như hàng cây không lay động gió. Nhưng trong khoảnh khắc, từ nơi yên lặng của anh, một thứ ánh sáng kỳ ảo, lạ lùng nào đó đã chiếu thẳng vào tôi, khiến bước chân tôi bất thần chững lại, khiến sóng tôi thôi không còn dội lên lao xao. Tôi đã đứng yên trên ngưỡng cửa, sửng sốt ngó người thanh niên có đôi mắt và cái nhìn lôi cuốn ấy. Tôi đã không tự hỏi, người này là ai. Nhưng tôi nhớ ngay đến thơ Quang Dũng. *Mắt em vời vợi buồn tây phương. Tôi nhớ thôn Đoài xa cách lắm. Em có bao giờ thương nhớ tôi...*

Tôi đã đứng trân, ngó anh. Đã nhìn sững vùng mắt sâu, nhìn sững đôi đồng tử nâu trong. Sau một hồi, anh bỗng nở ra một nụ cười. Dịu dàng. Vô cùng dịu dàng, nhưng rạng rỡ và tươi tắn. Tươi tắn đến độ người nhìn buộc lòng phải cười theo. Tôi ngạc nhiên vô cùng, vì không biết anh là ai, nhưng ngạc nhiên hơn nữa, vì thái độ của mình. Không khó chịu, không xa lạ, không tỏ ra không có thiện cảm, trước một người lính phương bắc, rõ ràng là điều lạ đối với những đứa như tôi, vào thời điểm đó.

Khi tôi đã vào hẳn trong nhà, tay buông xuôi xuống theo vạt áo, định bụng sẽ đi tìm ngay Khương, hỏi anh là ai, thì anh, vẫn giữ nụ cười nhỏ nhẹ trên môi, và bằng một giọng hết sức Hà Nội, hết sức ấm, anh nói. Cẩn thận, kẻo gẫy mất nhánh phượng em ạ.

Tôi lại đứng im. Cái giọng nói tỏa ra như gợn sóng lăn tăn trên mặt hồ, lan xa vào bờ cát làm tôi ngẩn ngơ. Tôi không thể nào hiểu nổi tại sao lại có sự tương phản cực kỳ lạ lùng, giữa một đôi mắt u buồn, buồn vời vợi, buồn đến não lòng, với một nụ cười tươi tắn, ấm áp đến dường ấy.

Thuở ấy, tôi mới vừa biết đọc thơ, thuộc thơ. Tôi không hiểu cạn nỗi u uẩn chiều lưu lạc của Quang Dũng, không biết buồn viễn xứ, nhưng lòng tôi chao động, rơi lọt vào giữa những giòng thơ. Thuở ấy tôi chưa tròn mười tám tuổi. Chưa học hết trung học. Anh bác sĩ quân y. Ở chiến tuyến bên kia mới trở về. Anh con bác, tôi con chú. Họ hàng thôi, nhưng gần. Bà con thôi, nhưng ba tôi và bác là bạn thân, học chung một lớp với nhau suốt thời thơ ấu.

Hôm ấy ba tôi ngồi từ phía bàn ăn đằng kia, nói với qua. Con chào anh. Rồi ba tôi nói tên. Cái tên. Cái tên làm tôi nhận ra ngay người mà ba tôi mới vừa nhắc đến cách đấy vài hôm. Ba tôi kể lần cuối cùng gặp bác trước ngày bác đưa anh sang bên kia vĩ tuyến, anh chỉ mới vừa lẫm chẫm biết đi, mới biết lọng ngọng gọi chú. Cũng tối hôm ấy, Khương nói với tôi, không hiểu tại sao trên đời này lại có một người đẹp đến vậy. Khương thuở đó nhỏ thua tôi một tuổi, cũng mới vừa bắt chước tôi đọc thơ, nghe nhạc người lớn, nhưng đã xớn xác bảo, nói thật với Kha, nếu không phải là bà con, em sẽ tán tỉnh anh ấy cho Kha xem. Tôi la lên với Khương.

Coi chừng ba nghe. Khương tỉnh bơ, em nói với Kha chứ đâu có nói với ba.

Và Khương thân anh thật nhanh. Khương rủ tôi dẫn anh đi uống cà phê, đi dạo phố xá. Biết tính anh hiền, con nhỏ trêu anh Cộng quân xâm chiếm, và gọi anh là Thái Thú. Sau đó con nhỏ còn hỏi anh biết thái thú Tô Định hay không. Anh phì cười. Bảo nhà anh ở phố Hai Bà.

Khương trêu anh đủ điều, mặc cả với anh nhiều thứ mà chẳng sợ anh tự ái, giận hờn. Đi uống cà phê với chúng tôi, con nhỏ bắt anh không được mặc quần áo bộ đội, không được mang dép Bình Trị Thiên, không được xài nón cối. Anh phục trang quần tây xanh, áo sơ mi trắng như học trò đến trình diện. Con nhỏ la ống quần anh hẹp quá, nằng nặc đòi ba tôi phải dẫn anh đi may sắm, đổi thời trang. Lúc vào quán cà phê, anh khen nhạc tình miền nam dễ thương, Khương hỏi anh:
- Người miền Bắc chắc có trình độ âm nhạc cao lắm, phải không?

Anh hỏi lại tại sao Khương thắc mắc như vậy, Khương bảo, tại hay nghe người trí thức miền Bắc nhắc đến những bản giao hưởng lớn, những Hội Chợ Phù Hoa, Phiên Chợ Ba Tư..., mà lại biết cả khúc nào người nhạc sĩ diễn tả cảnh người, cảnh vật. Anh cười không đáp. Tôi biết chắc anh đoán được Khương nói kháy anh vì có nghe đài phát thanh thủ đô thỉnh thoảng để nhạc giao hưởng với lời chú dẫn kèm theo. Lúc về nhà, tôi bảo Khương ác, con nhỏ phì cười bảo, nhạc mà nghe kiểu đó, nhiều lần, nhập tâm, đến một lúc nào đó thì có thể mang ra làm thành kiến thức riêng, nhưng bằng đi năm năm, mười năm sau, không nghe lại, tình cờ thấy tên tác giả, tên tấu khúc, chắc chắn sẽ nhớ mang máng có... quen, mà không biết gặp ở đâu, nếu có người chơi khăm, nhờ đọc giùm một đoạn ký âm, thì thế nào cũng tử nạn!

Khương như vậy đó, đanh đá, ác nữa, mà chừng như không thấy anh tỏ ý buồn phiền. Nhiều lần thấy con nhỏ sẵn đà chạy quá trớn, tôi mắng con nhỏ sau lưng anh. Nhưng Khương tỉnh bơ, không chỉ với tôi, mà còn nói thẳng với anh. Em sửa sang, chỉnh đốn hàng ngũ cho anh. Nghe, anh cười. Cười hiền. Vẫn nụ cười xinh đẹp và dịu dàng như lần đầu tiên tôi gặp. Khương gọi đó là nụ cười Thái Thú.

Khương đùa trêu anh như đùa trêu con nít, mà anh gần gũi, thân thiện. Mà anh chiều chuộng con nhỏ đủ điều. Không như tôi, bao giờ anh cũng giữ khoảng cách. Bao giờ cũng chừng mực. Đôi khi, lạ. Như không quen biết nữa là khác.

Một lần, không hiểu từ nguồn tin nào, mà Khương biết anh có bạn gái, cứ nằng nặc đòi anh đưa hình người yêu anh ra xem mặt. Anh từ chối. Nhưng đến khi con nhỏ làm bộ giận lên thì anh hoảng. Anh lúng túng biện hộ một hồi, rồi sau cùng lấy từ trong ví một tấm hình ngà ngà cũ, nước ảnh trắng đen, chắc chắn được chụp trong "cửa hiệu", đưa ra cho Khương và tôi xem. Mặt anh đỏ ửng. Bàn tay ngập ngừng mãi, mới đẩy được tấm hình có cô gái đứng trước một phông màn cứng, vẽ dăm ba đám mây bay, xanh một màu xanh vô cùng nhạt nhẽo, kém tự nhiên, bên cạnh một chậu hoa cúc không biết giả hay thật, mà vàng như nghệ. Cô gái, khoảng độ trên dưới hai mươi, mặc áo dài trắng thắt eo, cổ cao, kiểu áo dài vào cái thời loai choai, hippy của tôi và Khương dạo ấy, chỉ còn được nhìn thấy trên những tấm chân dung của mẹ, hoặc của các ca sĩ lỗi thời như Thanh Thúy, Phương Dung vào khoảng cuối thập niên năm mươi. Tóc cô gái được chải phồng, kẹp lại ở sau lưng. Nói chung, là một kiểu rất "quê", rất xa xưa, rất buồn cười, trong con mắt của tôi và Khương.

Thật lòng, nếu như tôi đã được xem tấm ảnh ấy trong một khung cảnh khác, hay của người nào đó khác, chắc có lẽ tôi đã bật ra một tràng cười. Nhưng vì là ảnh người yêu của anh, và ngay trước mặt anh, nên tôi đã cố gắng lắm để giữ sự tự nhiên. Phần tôi vừa sợ Khương sẽ bất thần thốt lên đôi lời "phát biểu cảm tưởng" kiểu cà chớn như thường lệ của con nhỏ. Phần khác, chẳng hiểu sao, có cái gì đó, rất khó chịu, xốn xang, cứ muốn tràn lên trong tôi.

Tôi co hai tay lại với nhau. Chờ đợi. Nhưng không ngờ, hoàn toàn khác với sự lo sợ của tôi, Khương chỉ nói. Chị ấy đẹp quá! Đẹp quá. Khương khen như vậy, rồi trả tấm hình lại cho anh. Tôi hơi khựng lại, đôi giây. Lời khen của Khương, làm anh đỏ mặt, đồng thời cũng làm tôi nóng ran cả người. Tôi bất động. Anh chừng cũng bất động. Và có lẽ nhìn đi chỗ khác thì không được, nên anh đành phải nhìn cả hai chúng tôi. Trong một lúc rất lâu, chẳng ai nói với ai câu nào.

Thình lình, cũng như lời khen bất thường của mình, Khương chợt hỏi anh, y hệt như nhân viên phòng nhì tra gạn tội nhân:

- Anh còn quen với chị ấy không?

Anh lúng túng gật đầu. Khương tiếp:

- Bao giờ thì đám cưới?

Anh đáp chưa biết. Khương trợn mắt:

- Sao lại chưa biết?

Anh ấp úng. Có nhiều lý do. Khương hỏi lý do gì. Anh băn khoăn nhìn ra ngưỡng cửa, rồi quay lại nhìn chúng tôi như ban nãy. Ừ thì..., phải chờ tổ chức. Gia đình. Và điều kiện công tác của anh nữa. Khương ngó thẳng vào anh:

- Đám cưới của mình, sao tổ chức, tổ quốc nào lại đòi dính dáng vô chứ hả trời?

Lần nữa, mặt mày anh lại đỏ phừng. Tôi lúc ấy chừng như đã trở lại bình thường, tôi la Khương, thì chế độ này như vậy chứ sao. Khương càu nhàu, cằn rằn thêm đôi câu. Anh mỉm cười, nhìn sang tôi tỏ ý cám ơn. Nhưng thật lòng, la thì la như vậy cho anh khỏi khó chịu, chứ bản thân tôi lúc ấy, cũng không hiểu nổi tại sao chuyện riêng tư, cá nhân của con người ta mà Đảng và nhà nước lại đòi chen chân vào cho rắc rối cuộc đời. Một hôm anh ghé lại, không có Khương ở nhà, tôi mang chuyện này ra hỏi lại với anh. Anh cười:

- Chuyện đời mà. Nhưng anh nghĩ có nhiều chuyện hay hơn chuyện chính trị.

Tôi hỏi chuyện gì. Anh nói chuyện nắng mưa, thời tiết, cỏ hoa. Tự dưng nghe anh nhắc đến cỏ hoa, tôi rủ anh xuống phố đi ngắm hoa phượng nở. Buổi chiều, trời còn chút nắng vàng vương trên sân nhà, tôi đưa anh đi dưới những con đường rợp bóng cây. Thị xã tôi trồng nhiều cây kiền kiền, những năm chiến tranh, người ta mở lộ lớn, cây cối hai bên đường bị đốn sát gốc, chỉ còn lại vài nơi xanh lá. Tôi nói với anh, ngày hai buổi đi học, tôi vẫn thường lựa những con đường này, mặc dầu như vậy, tôi phải đi gần gấp đôi chiều dài. Anh đùa, để gặp được em, anh còn phải đi hết cả chiều dọc đất nước...

Chúng tôi lang thang hết con đường rợp bóng cây, tôi đưa anh đến đường hoa phượng. Tôi hát, *đường phượng bay mù không lối về, hàng cây lá xanh gần với nhau.* Đang giữa mùa hè, phượng đỏ rực. Không có lá bay để mù lối về, mà đây đó, chỉ có xác những bông hoa lìa cành, rơi xuống lề đường, đỏ như trải thảm, đỏ đến ngợp mắt.

Chúng tôi đi hết con đường, rồi vòng trở lại. Tôi hỏi anh Hà Nội có trồng nhiều hoa phượng như thế không. Anh không trả lời có không, mà hỏi lại có bao giờ tôi nghe nói đến hoa sữa chưa. Tôi lắc đầu. Lúc ấy, vẫn còn quá sớm để những bài hát, *hoa sữa thôi bay, ta bên em một chiều tan lớp...* cho tôi tưởng tượng ra những khung cảnh hữu tình.

Tôi hỏi lại anh hoa sữa là hoa gì. Anh im lặng bước. Lát sau, anh ấm giọng kể chuyện. Nhưng thay vì diễn tả, hay kể cho tôi nghe về hoa sữa, về những con đường trồng hoa sữa ở Hà Nội, mà anh lại nói đến những đêm Hà Nội tưởng như thanh bình, những đêm Hà Nội như không có chiến tranh, trời đẫm sương trên những lối đi ở hai bên đường, ngọt ngào những ngọn gió thoảng trên vai, anh đã mải mê đi dưới những hàng cây, lòng bâng khuâng như đang ngóng tìm nửa phần hồn nào đó của mình.

Lúc chúng tôi đi hết con đường, vòng trở lại đến lần thứ ba, anh chớp mắt nhìn lên những đóa hoa phượng đỏ thẫm, kể:

- Hà Nội trồng nhiều cây, sấu, sao..., những thứ mà anh chưa hề nhìn thấy ở trong này. Chẳng hiểu vì không thích hợp đất, hay không thích hợp với người. Kha biết không, ngoài ấy có những con đường hai bên cây cao vút, cao đến nỗi khi ngước mặt lên, những ngọn lá non sẽ vời vợi, tít tắp, như gắn liền vào với bầu trời. Cây hoa sữa không cao như sao, có khi còn thấp thua cả phượng vĩ, lá nhỏ, hoa trông từa tựa như hoa chuông trắng trồng đàng sau nhà em, anh không biết cảm giác của người khác khi nhìn hoa sữa như thế nào, còn anh, anh không thấy chúng hấp dẫn. Nhưng hương hoa sữa thì đặc biệt lắm Kha ạ. Nhà bạn anh ở đường Nguyễn Du, tháng chín, khi heo may bắt đầu về, hoa sữa trên con đường này sẽ nở ra, sực nức, chung quanh đấy sẽ đặc mùi hương, anh thường phải đón bạn về học mỗi ngày, nhưng thật anh chỉ thích loanh quanh ở xa xa, để nghe mùi hoa thoang thoảng bay trong gió. Cái thứ hương, đi đâu rồi cũng phải ngoái đầu nhìn trở lại... Hà Nội, còn có những mùa, chim thiên di về làm tổ, đi dưới những vòm lá, nghe tiếng ríu rít đến vui tai.

Hà Nội của anh, nồng nàn như một hơi thở ấm. Chiến tranh quả là đã không có mặt trong những ngọn gió heo may, những chớm đông se lạnh, những hàng cây cao chót vót, những tiếng chim rộn ràng của anh. Tôi đã lắng nghe anh, như nghe anh kể chuyện tình, kể về người tình. Khi anh kể chuyện, giọng anh ấm, trầm xuống đến cung bậc thấp nhất, nên nghe như nghe một tấu khúc, một bản giao hưởng không cần chú dẫn.

Chúng tôi cứ đi, như đi trong mỏi mê, huyền hoặc. Anh kể thêm những ngày sơ tán về ngoại thành, đêm đêm, nằm nhìn sao trên trời, lòng réo rắt không nhớ người yêu, mà chỉ nhớ một khoảng trăng lấp ló giữa những hàng cây xanh lá. Rồi anh đọc cho tôi nghe bài thơ Tây Tiến của Quang Dũng. *Mắt trừng gửi mộng qua biên giới. Đêm mơ Hà Nội dáng kiều thơm.* Và anh hỏi tôi biết Xuân Quỳnh không. Tôi đáp không. Anh đọc cho tôi nghe những bài thơ tôi chưa hề nghe, chưa hề được dạy trong trường vào lúc giao thời buổi ấy. *Chỉ có thuyền mới hiểu, biển mênh mông nhường nào. Chỉ có biển mới biết, thuyền đi đâu, về đâu. Những ngày không gặp nhau, biển bạc đầu thương nhớ, Những ngày không gặp nhau, lòng thuyền đau rạn vỡ...*

Hôm ấy, mãi đến chạng vạng tối, chúng tôi mới bắt đầu nghĩ đến chuyện về nhà. Nhưng dọc đường đi, tôi còn kéo anh sang một ngõ có trồng hoa ti gôn trắng, lá hoa leo đến tận nóc nhà. Tôi bảo tôi biết hoa ti gôn nhờ đọc thơ bà T.T.Kh. Và bảo sẽ đi tự tìm một bài thơ có hoa sữa của anh.

Khi chúng tôi về đến nhà, hiên nhà tôi đã lên đèn. Tự dưng vừa dừng chân trước sân, anh bỗng ngập ngừng nói khẽ, anh không dám vào, nhưng rồi vẫn bước theo tôi lên thềm. Bảo, trễ quá, thế nào chú cũng mắng. Và rồi anh lại tiếp, mà em vào một mình, chắc chú sẽ giận hơn. Lúc ấy tôi chưa tròn mười tám tuổi, tôi chưa hề nghĩ, chưa hề biết đến những điều ẩn đằng sau các câu nói của anh, cũng không hiểu tại sao bỗng dưng anh lại sợ như thế. Chỉ nhớ quả đúng như anh nghĩ, ba tôi giận thật. Ba tôi gặng hỏi chúng tôi đã đi những đâu bằng một giọng hết sức kỳ lạ, một thanh âm hết sức khó chịu chưa bao giờ xử dụng với tôi, huống gì là với anh.

Hôm ấy tôi không nhớ nổi anh trả lời như thế nào với ba tôi, nhưng mãi đến hơn hai mươi năm sau, tôi vẫn không thể nào quên được ánh mắt vời vợi buồn khi anh quay lại nhìn tôi trước lúc bước chân xuống thềm, cùng nụ cười con nhỏ Khương vẫn hay trêu đã không hề nở ra lần nữa. Tôi mất hút anh. Anh về Hà Nội, hay anh đi đâu tôi không rõ. Cũng không biết được anh làm gì. Cái tên anh, sau đó, chừng như bị xóa mất trong gia đình tôi.

Có rất nhiều lần, tôi dự định hỏi thăm tin tức anh. Nhưng không ai cho tôi cơ hội. Không ai nhắc đến anh. Chưa tròn mười tám tuổi, nhưng sự nhạy cảm dạy cho tôi biết, khi cả con nhỏ Khương, mà cũng không hề nhắc đến anh, có nghĩa, chẳng ai muốn nhắc đến anh. Có nghĩa, hẳn nhiên, tôi không được phép nhắc đến anh.

Năm năm, mười năm. Rồi tận đến hai mươi mấy năm sau, bài thơ tôi nói với với anh, tôi chẳng tìm thấy được ở đâu. Lại càng không có dịp được nhìn thấy hoa sữa nở và ngát hương như thế nào.

Lần tình cờ trong một chuyến về thăm nhà, tôi và Khương ra Hạ Long, trời bão, bất đắc dĩ phải nằm vùi trong khách sạn, bật TV lên giải sầu, tôi đã giật cả mình khi nghe bài thơ của Xuân Quỳnh đã được phổ nhạc một thời, rồi bị lãng quên nhiều thời được hát trong một chương trình văn nghệ. Tôi đã ngẩn ngơ nhìn người ca sĩ mặc áo dài tha thướt thắt eo, cổ cao thời cuối thập niên năm mươi nay đã trở nên thành thời trang, đang thong thả nhả ra từng câu hát, *những ngày không gặp nhau, biển bạc đầu thương nhớ...* Cuối cùng, kìm lòng không được, tôi chồm dậy hỏi Khương có còn nhớ anh không. Khương nằm im nhìn lên trần một hồi, mãi sau mới hỏi lại:

- Kha có biết ngày xưa ba nghi ngờ anh ấy không?

Tôi nằm im. Hai mươi mấy năm, sau khi đã không còn gặp anh lần nữa, sau khi tôi đã lập gia đình, có con, sau khi đã trải qua nhiều nỗi lắng lo, ưu tư không thể gọi là vu vơ, hẳn nhiên tôi đã hiểu được ba tôi, thông cảm được tâm trạng bất an của bậc làm cha mẹ như vậy, và hẳn nhiên cũng đã có lần nghĩ đến điều Khương vừa hỏi, nhưng thật tình, tôi vẫn để lòng buồn. Tôi đoán sau lưng tôi, ba tôi đã nói nhiều điều, hay ít nhất là một điều gì đó, xúc phạm, đến nỗi, anh đi mà không hề gửi lại một lời chào.

Anh đi. Biến mất thì đúng hơn, như vào cổ tích. Khương nói với tôi, hồi ấy Khương biết tôi buồn, Khương cũng buồn, nhưng nỗi buồn của Khương vô tư, trong sáng như ánh nắng ban ngày. Em không dám hỏi han Kha, bởi vì em cũng sợ. Khương kể như vậy, khi tôi gát tay lên trán, nhắm mắt không nhìn lên màn ảnh đài truyền hình, tai lắng nghe giọng hát trong vắt, tỏa tràn ra trong không. *Những ngày không gặp nhau, lòng thuyền đau rạn vỡ... Nếu phải cách xa nhau, em chỉ còn bão tố.*

Nếu phải cách xa nhau, em chỉ còn bão tố. Lòng tôi thời cách xa anh, không thể thành bão tố, không được phép rạn vỡ, không được râm ran đau. Nhưng mỗi trưa về học, dẫu đã cố gắng hết sức, tôi vẫn ước ao, và vẫn mường tượng ra một đôi mắt như thơ Quang Dũng, một nụ cười con nhỏ Khương vẫn hay trêu, Thái Thú, sẽ xuất hiện đâu đó trên hiên nhà, sau ngưỡng cửa. Những chùm hoa phượng vĩ bao nhiêu năm trời sau, khi không còn gặp anh nữa, bạn bè hái tặng, tôi chỉ cầm về được gần đến nhà là vất vào một gốc cây, một hiên nhà vắng nào đó. Chưa tròn mười tám tuổi, tôi không hiểu hết được nỗi lòng bão tố, không thấu tận niềm đau rạn vỡ của thuyền. Tôi chỉ thấy lòng tôi trống trải, nghẹn ngào.

Ngày ở Hạ Long về Hà Nội, tôi rủ Khương đi tìm đường Nguyễn Du, xem hoa sữa nở như thế nào. Trời Hà Nội bắt đầu heo may, tháng chín đã về chậm rãi bằng những hạt sương se lạnh trên vai buổi sáng, mùa những hàng cây lá trở màu, mùa của những câu chuyện kể của anh. Nhưng vì Khương vội, chúng tôi chỉ lẩn quẩn ở phố hàng Chiếu, hàng Đường, rồi giã từ Hà Nội. Hương hoa sữa, ước ao mãi, mà tôi vẫn chưa được nghe thoảng qua, từ một góc phố ngày nào đó anh đi...

■

TƯỞNG NIỆM
MỘT NHÂN VẬT

Phan Thị Vàng Anh, trong tuyển tập, "khi người ta trẻ", kể chuyện một nhân vật nữ tuổi xấp xỉ mười chín đôi mươi, yêu một tên con trai không ra gì, bồ bịch một lúc hai cô, đến khi bị bỏ rơi, nhân vật nữ này tự tử chết. Thân nhân của cô bàng hoàng, người bảo cô điên, không chết trước rồi cũng chết sau bằng cái kiểu rồ dại ấy, người bảo không hiểu nổi tại sao cô có thể làm chuyện vớ vẩn như vậy. "Không đáng", chị dâu cô kết luận.

Thường, thì ai cũng nghĩ tương tự như người thân của nhân vật nữ trong truyện Phan Thị Vàng Anh về những cái chết dại dột. Nhưng cháu của cô gái, người dẫn chuyện, lại bảo, *"nếu mẹ tôi biết ở cái tuổi này người ta điên đến mức nào và cần có bạn bè để an ủi biết bao nhiêu, người ta lại thích trả thù nữa chứ! Khi chết, hẳn cô đã tưởng tượng ra mọi người khóc lóc, Vỹ hoảng sợ, hối hận, ôm lấy quan tài như muốn xuống mồ theo..."*. Cô cháu đồng tuổi, đồng lứa, vào thời điểm trẻ hệt như nhân vật chính, nên cô hiểu thật rõ, tại sao có lúc con người ta lại điên đến vậy.

Và vào cái lứa tuổi này, thường hiếm người không có những ý nghĩ điên rồ chạy qua trong đầu, hay không trải những điều mà sau này khi già đi rồi, trở thành "người lớn" rồi, tự dưng người ta sẽ quên mất rằng mình đã từng có lần... điên. Nhân vật nữ ngây thơ của Phan Thị Vàng Anh, không có cơ hội để sau này được "quên", mà trước khi vĩnh viễn lìa cõi đời, cô còn không tưởng tượng ra được ngày đám tang mình -kẻ cô cứ nghĩ sẽ ở mãi bên cạnh cô, kẻ cô đã "hy vọng" lương tâm sẽ bị cắn rứt đến suốt đời vì đã bỏ rơi cô đến nỗi cô phải quyên sinh- lại tỉnh như ruồi, nhởn nhơ ngoài biển nắng, hân hoan, vui vẻ, trẩy hội...

Ngày mười chín đôi mươi, một lần, không nhớ vì sao tôi được đi với ba, cùng với người tôi sẽ gọi là nhân vật của mình, đến thành phố hắn đã trải qua gần hết thời trung học. Đi chơi, hay đi công chuyện gì đó tôi cũng không nhớ rõ.

Chỉ nhớ buổi chiều hôm ấy, với sự đồng ý của ba tôi, hai đứa đã chở nhau đi, không, nhân vật của tôi chở tôi thì đúng hơn. Cho biết Vũng Tàu. Hắn nói vậy khi dắt chiếc xe đạp quốc doanh mượn được của ông bác họ tôi. Hắn đã ở cái thành phố biển nhỏ nhắn này sáu năm, từ lúc bắt đầu bước vào trung học, cho đến ngày mất nước. Hắn bảo hắn thuộc từng ngóc ngách, từng con hẻm nhỏ của Vũng Tàu.

Chúng tôi đã rời khỏi nhà với chiếc xe không biết có nên gọi là xe hay không, bởi ghi đông, sườn, yên, bánh, dây sên, và bàn đạp, đều chỉ mang máng giống, hay có thể nói chỉ tương tự như những thứ có cái tên gọi như vậy mà thôi. Hầu như tất cả đều méo mó dị dạng. Tất cả đều được chắp nối, ràng buộc với nhau một cách hết sức quái gỡ, "khác thường". Chẳng hạn bên ngoài của cái bánh xe trước đã hoàn toàn mòn nhẵn, không còn chút gai nào, được quấn chặt bằng một khúc ruột xe cũ ở những đoạn bị hở bố, trông giống hệt như người ta quấn khăn tang. Cái vỏ, cái bánh, hay cái không biết gọi là gì này, chẳng những đã dị dạng không tưởng tượng được vậy rồi, mà mỗi bận lăn vòng đến đoạn quấn khăn tang, còn làm cả chiếc xe nảy tưng lên như ngựa đua nhảy rào. Tuy nhiên đến cái pédal mới thảm hại hơn vì đó chỉ là một đoạn sắt ngắn xỏ xuyên qua một mảnh gỗ nhỏ, khi người đạp xe ấn lên thì chúng chẳng hề quay theo sự chuyển động của bàn chân mà cứ cứng trơ thổ địa. Và hẳn nhiên, tất cả những thứ phụ tùng khác, thường thấy ở một chiếc xe đạp như chắn sên, chắn bùn, vân vân, đều thuộc loại xa xỉ, hoàn toàn chẳng hề được có mặt.

Yên không nệm, vành cong queo, sườn và ghi đông đầy những chỗ han gỉ, mục nát -nát đến độ có thể nhìn xuyên suốt từ trên xuống đến mặt đất qua các lỗ thủng rất lớn. Lại không thắng, không phanh, cũng không được tra nhớt, nên khi chạy ngang qua người nào là người ấy sẽ bị tra tấn một cách rùng rợn bởi những tiếng kêu kót két vang ra rất to như tiếng rên rỉ đớn đau của một sinh vật nào đó đang bị thương. Mường tượng như lúc ấy có vật gì trên đường làm va vấp vòng bánh không tử tế ấy, hay có người đụng phải vào chúng tôi, chắc có lẽ giờ này tôi và hắn đã ở một chốn nào đó khác phàm trần rồi.

Chiếc xe cà khổ. Chiếc xe cà tàng. Chiếc xe kinh khủng như thế, vậy mà tôi đã ung dung tự tại, đã tỉnh bơ ngồi ở phía yên sau một cách hết sức nhàn nhã, tự nhiên, để cho nhân vật mình gò lưng đèo đi khắp các nẻo phố phường. Từ ngã tư Giếng Nước, chạy hết đường Lê Lợi, qua Nguyễn Du, Duy Tân, vòng vèo đôi ba chỗ có vài kỷ niệm với hắn, rồi sau đó, ra Bãi Trước. Lẩn quẩn loanh quanh, nếu tính vội vã lắm thì có lẽ cũng hết vài tiếng ba tiếng đồng hồ hắn đàng trước ra sức đạp, tôi đàng sau, nghêu ngao hát tình ca, thỉnh thoảng kể lể những câu chuyện vớ vẩn hoặc thả mắt lên những hàng cây, ngắm nhìn những ngôi nhà còn dấu vết thị thành chỉ được nghe hoặc đọc trước ngày miền nam mất.

Trong tư thế nhởn nhơ như vậy, lòng chẳng nghĩ ngợi, băn khoăn hay ray rứt gì cả, tôi đã để hắn đưa đi hết đường bằng, đường thẳng, đường vòng vèo mọi ngả quanh co của thành phố. Lúc rời bãi biển, hắn đạp lên một con dốc. Cái dốc núi cao ngất ngưởng, dẫn lên Thích Ca Phật đài, nếu tôi nhớ không lầm tên thì đó là Dốc Ông Thượng. "Để Nga ngắm biển cho rõ". Cũng vẫn tương tự như câu nói lúc mới dắt chiếc xe ra khỏi nhà, hắn đã nói với tôi như vậy. Tuy nhiên lần ấy tiếng thở trong câu nói của hắn có vẻ khó khăn hơn, nặng nhọc hơn. Mươi chín, hai mươi tuổi, dẫu không tế nhị, không khôn ngoan, hay thậm chí cho là ngu đi nữa, nhưng khi nghe một tiếng thở không còn chút sức nào phát ra từ một thằng con trai chẳng lấy gì làm to con cho lắm như vậy, tôi nghĩ chắc chắn tôi đã biết hắn sắp ngất ngư con tàu đi. Thế mà tôi nhớ tôi lại chỉ hỏi hắn, "có mệt lắm không?".

Mệt không. Hỏi vậy, như thể đang quan tâm lo lắng cho đương sự vậy, nhưng khi nhân vật tôi, anh dũng hệt hàng vạn thằng con trai khác lần đầu được chở bạn gái đi chơi, đỉnh đạc trả lời, không, thế là tôi đã lại tỉnh như ruồi, ngồi im như quan trạng ngồi võng, thản nhiên để hắn tiếp tục gò lưng đạp.

Nhiều năm qua đi, bỗng chợt nhớ đến cái kỷ niệm có thể gọi là rất dễ thương với nhân vật của mình như thế này, tôi đang tự hỏi lòng, thuở ấy, khi tôi không hề buông ra một câu, bảo hắn ngừng xe để mình leo bộ lên con dốc ấy với hắn, là tại bản tính tôi hững hờ? Tôi nhạt nhẽo? Tôi vô tâm? Hay chỉ vì tôi đang ở cái lứa tuổi thiếu kinh nghiệm đời, nghĩ mình có cái quyền được người khác chiều chuộng?

Lúc lên đến đỉnh dốc, hắn dừng lại. Bảo để cho tôi ngắm biển. Tôi ừ, và nhảy xuống khỏi yên xe, đứng nhìn trời nước. Lòng thơ thới hân hoan như trên đời này chẳng hề có bất cứ điiều gì có làm cho tôi chao động.

Tôi đã đứng nhìn biển rất lâu. Và hắn cũng im lặng rất lâu. Chẳng biết làm điều gì ở sau lưng tôi, nhưng sau những giây phút yên ắng, tôi nghe hắn thở dài. Rồi hắn ngậm ngùi nói, phải chi có cái máy chụp hình, hắn sẽ được mang về nhà bức ảnh mái tóc dài vờn bay trong gió của tôi. Nhân vật tôi thuở ấy, và có lẽ cả đến tận bây giờ, chẳng hề biết làm thơ, cũng chưa bao giờ viết văn, nhưng chừng như hắn lãng mạn và nên thơ hơn rất nhiều thi, văn sĩ tôi biết sau này.

Khi đối thoại, giọng hắn sầu chở sầu. Gương mặt hắn, buồn nối buồn. Cả môi cười cũng không hề rạng lên nét tươi vui. Lúc về, khi ngang qua trường Thiếu Sinh Quân, một tay giữ ghi đông, một tay chỉ, hắn nói với tôi:

- Ngày xưa học ở đây. Lớp học trên kia. Phía sau những hàng cây.

Sau những hàng cây xanh rậm rạp lá, một cái lớp học nào đó của hắn ẩn ẩn hiện hiện, tôi chẳng biết là cái nào, nhưng giọng nói thê thiết, với một âm thanh hết sức trầm buồn, hắn đã làm những hình ảnh lọt vào mắt tôi buổi chiều hôm ấy, ở lại nguyên vẹn trong ký ức tôi cho đến tận bây giờ. Bây giờ... Đã mấy mươi năm xa xôi, đã mấy mươi năm tôi không về lại Vũng Tàu, cũng thật lâu lắm rồi tôi không nhắc nhớ với ai về những kỷ niệm đầu đời của tôi với hắn, nhưng cái nắng rớt rơi trên con đường ấy chừng như chưa hề nhạt nhòa trong trí nhớ tôi. Cả tiếng thở dài của hắn, cũng vậy, vẫn như còn ở đâu đó. Tôi nhớ hắn kể:

- Hồi ấy mỗi sáng năm giờ, là phải thức dậy. Chăn nệm phải xếp ngay ngắn, cẩn thận. Áo quần cũng phải gấp theo đúng qui định. Từng phút từng giây.

Thật lòng mà nói, khi nghe hắn kể về những chuyện như vậy, tôi đã không hiểu gì cả. Hoàn toàn không mường tượng ra được điều gì thì đúng hơn. Bởi những năm tôi mười hai, mười ba, mười bốn tuổi, rồi đến lúc thành thiếu nữ, bắt đầu biết để ý đến con trai, bắt đầu biết lượt là thời trang quần áo, có nghĩa đã lớn, mà mỗi sáng ngủ dậy, gối chăn tôi vẫn có người xếp gấp. Trưa về học, cơm nước có lúc còn được mang lên đến tận bàn học. Ngoài việc phải chúi mũi vào sách vở, dường như tôi chẳng làm gì. Cả áo quần thay ra, cũng không cần phải gấp hay treo. Đồng phục đi học, đồ mặc đi chơi, đi ra đường lẫn ở nhà đều được ủi sẵn, máng thẳng thớm trong tủ. Mọi thứ, tôi không hề đụng tay vào, vẫn ngăn nắp đâu ra đó.

Tôi nhớ tôi đã vô cùng ngạc nhiên khi nghe hắn kể tiếp:

- Sau đó là tất tả chạy xuống sân trường, hàng dọc hàng ngang. Điểm danh xong thì bắt đầu chạy ra biển. Thường là chạy từ Bãi Trước ra Bãi Sau...

Chạy làm gì. Tôi hỏi. Tập thể dục. Hắn đáp. Rồi hắn nói thêm. Tập tác phong quân nhân. Tôi ngớ mặt. Mới mười mấy tuổi tại sao lại phải tác phong quân nhân? Hắn buồn bã trả lời. Thiếu sinh quân thì phải vậy. Tôi im. Ngơ ngác im. Tôi hoàn toàn không thể nào hình dung ra được những điều hắn phải trải qua như thế. Ngay cả cái từ ngữ thiếu sinh quân đối với tôi lúc ấy cũng đã lạ hoắc lạ huơ rồi, huống gì các sinh hoạt thuộc về một chốn dường như chẳng hề dính dáng gì đến đời sống tôi. Tôi thắc mắc hỏi lại. Chạy khơi khơi vậy đó hả. Hắn không trả lời. Lát sau hắn kể, có vẻ như không cần biết tôi có nghe hay không. Nhiều khi phải chạy từ bãi Thùy Vân ra Bãi Dâu. "Tụi nó" bắt chạy, chạy sống chạy chết, như thể sẽ không bao giờ còn dịp được bắt người khác làm những trò vớ vẩn ấy. Tôi hỏi tụi nào. Hắn lại im.

Năm ba phút sau, hắn chợt tiếp tục kể, hoàn toàn chìm đắm vào cái quá khứ hắn từng bảo là không bao giờ muốn nhớ đến. Tôi đã có cảm giác hắn đang ở trong một cơn mê, cơn đồng thiếp nào đó thì đúng hơn. Hắn chừng quên mất tôi ngồi ở phía sau, nên giọng hắn bỗng đanh lại, những âm thanh vang ra không phải là tiếng nói mà là tiếng rít, giữa hai kẻ răng:

- Mà thật, chẳng biết bây giờ tụi khốn đó đang ở đâu!

Tụi khốn. Bãi Trước. Bãi Sau. Bãi Thùy Vân. Bãi Dâu... Hắn cay đắng kể. Tôi nhẫn nại nghe. Nhưng nghe một hồi tôi bỗng đâm mệt vì không thể nào xẻ chia với hắn được điều gì. Tôi bật cười, hát trêu:

- Chiều đi qua Bãi Dâu, hát trên những xác người, hở?

Đang lao xao kể, thình linh từ phía trước hắn bỗng trở giọng khó chịu. Âm thanh bực bội gắt gỏng vang lên khá lớn:

- Không ưa Trịnh Công Sơn. Không khoái những loại nhạc phản chiến.

Sao vậy? Tôi lại ngạc nhiên. Hắn không trả lời. Hắn ư ư những gì tôi không rõ trong cổ họng. Thật tình lúc ấy tôi đã không thể nào hiểu nổi tại sao hắn có những phản ứng như vậy. Tôi nhắc đến nhạc, vì tôi biết hắn thích âm nhạc. Hắn chơi đàn guitare. Độc tấu. Rất hay. Tôi làm quen với nhạc cổ điển vì hắn, qua hắn. Lúc mới thích tôi, hắn đang tập đánh flamenco. Hắn bảo đánh chưa hay. Nhưng tôi nài nỉ, hắn cũng mang đàn đến chơi cho tôi nghe. Thỉnh thoảng, lại nhà tôi, hắn ngồi im lặng ngoài hiên đánh một lúc liền mấy bài. Bài nào cũng dồn dập, sôi nổi. Nghe, có thể tưởng tượng ra được những vũ nữ Tây Ban Nha đang xòe váy rộng, chân đập dồn, tay tình tứ vung quạt.

Tiếng đàn hắn, tưởng vui, điệu nhạc hắn chơi, tưởng vui, vậy mà lạ, cũng giống như giọng nói hắn, nghe như có điều gì uẩn ức, điều gì đó buồn không tả được.

Hắn có đôi mắt một mí mở lớn, với hàng mi dài và cong như mi con gái. Người ta nói đôi mắt là cửa sổ linh hồn. Mắt hắn soi rọi cả trời mù tăm, hiu hắt. Có nhiều lúc tôi quên mất rằng hắn chỉ lớn hơn vài ba tuổi. Trông hắn lúc nào cũng có vẻ nghiêm nghị, sầu khổ. Và cả khắc nghiệt nữa, đôi khi.

Hắn kể cho tôi nghe:

- Hồi đó cái ước ao duy nhất là mỗi bận hè về nhà, thì được ở nhà luôn, không phải trở lại nơi đó.

Nơi đó là nơi hắn phải học để làm lính, học tác phong quân nhân như hắn đã kể. Và hắn thường nói tuổi thơ của hắn hoàn toàn không có hoa có bướm. Tiếng cười cũng không. Hắn bảo chỉ có những kỷ niệm tàn nhẫn, đớn đau. Khác với tôi, anh em tôi, hắn không yêu mến mẹ. Hắn nói mẹ hắn hay mắng. Mắng cả ngày, và mắng đi mắng lại một điều cho đến chừng không còn hơi để mắng nữa mới thôi. Hắn nhăn mặt. Mắng như thế thì chẳng ai kính. Càng nghe hắn kể, tôi càng lấy làm lạ. Tôi không tưởng tượng nổi thế nào là mắng cả ngày. Mẹ tôi mắng, gọi con lên ngồi đối diện, mẹ mẹ con con ngọt như mía lùi, như đường phèn; trong chừng năm, mười phút, bà nghiêm trang "kể tội", và kết luận bằng câu, có thấy mình bị mắng oan hay không.

Vậy, rồi thôi. Mẹ tôi hay bảo ba tôi gọi cách mắng tới mắng lui mãi một điều là lải nhải.

Lần ấy, khi nghe tôi kể anh chị em tôi bị mắng như thế nào, hắn đã im lặng rất lâu. Về sau này tôi không thấy hắn nhắc đến mẹ nữa. Và nếu có trở lại đề tài gia đình, hắn kể sang chuyện bố. Hắn bảo bố hắn rất nghiêm khắc. Và xa cách với tất cả mọi người trong nhà. Giọng hắn trầm đục:

- Bố sống ở đây nhưng hồn gửi ở ngoài kia.

Ngoài kia, Hà Nội. Nam Định. Thái Bình. Hải Hưng... Với một mối tình không rõ như thế nào. Vào thuở Hà Nội, Nam Định, Thái Bình còn nghìn trùng, còn chia cách bởi vĩ tuyến, chuyện hắn kể vẽ cho tôi thấy hình ảnh một người đàn ông sống, có xác nhưng không còn hồn. Về sau miền nam mất, hắn bảo phần hồn ấy chừng cũng mất theo. Hắn nói có cảm tưởng bố hắn hiện diện trên mặt đất chỉ vì mỗI sáng thức dậy, thấy nhịp tim mình còn đập, và hơi thở còn trên môi.

Hôm chở tôi ngang trường Thiếu Sinh Quân, hắn hất hàm về phía ấy:

- Thuở còn học ở đấy, bị tụi lớp trên đánh hoài, về đến nhà, muốn ở lại, cũng bị đòn. Đòn nhừ tử.

Về chuyện bị đòn này thì hắn kể không phải chỉ một, hay hai lần, mà rất nhiều lần. Hắn căm ghét gần như tất cả mọi người trong ngôi trường có một không hai ấy. Từ thầy giáo. Đàn anh. Đến bạn bè cùng lớp, cùng phòng. Tôi chưa hề thấy hắn nhắc đến ai bằng giọng nói âu yếm, ngọt ngào.

Thật lòng mà nói, thuở ấy tôi đã chưa đủ khôn để nhận ra mức độ nghiêm trọng của câu chuyện hắn kể. Càng không thấu hiểu tính cách và tâm lý của một con người lớn lên trong một môi trường không bình thường. Nên khi nhìn thấy sân trường cũ đầy bóng mát nhưng nghe những câu chuyện kể chẳng có chút bóng mát nào trong tâm hồn hắn, thay vì im lặng như để tỏ sự thông cảm, để chia nỗi đớn đau, tôi lại cố kiếm một câu đùa tưởng có thể làm hắn dịu xuống.

- Chắc ở trường hư quá nên mới bị đánh phải không?

Nghĩ đùa cho vui, cho hắn bớt căng thẳng, không ngờ hắn nổi quạu. Hắn đanh giọng. Cay đắng nói tụi khốn đánh đàn em để thị uy. Ngồi phía sau, tôi đã mở thật to mắt nhìn vào lưng áo đẫm mồ hôi của hắn, rồi nhìn vào nơi hắn từng sống. Lòng tôi mù tăm tăm. Tôi có cảm giác cái thế giới hắn đã có mặt, tựa như chỉ có trong tiểu thuyết. Du đãng. Hay gì gì đó. Tôi mường tượng mãi vẫn không ra được cảnh hắn bị đòn mỗi ngày. Lại càng không thể hiểu nổi chuyện có người mẹ nào đó có thể đánh con với một cây gậy chống cửa, đầu vót nhọn. Hắn chua chát:

- Hồi nhỏ nghe hứa nếu học thật giỏi, xong tú tài, sẽ được về nhà luôn. Nhưng khi lớn lên, lúc sắp làm tú tài, thì biết chắc tương lai học thật giỏi sẽ ở Đà Lạt, dở hơn, ở Thủ Đức, và dở hơn nữa, ở Quang Trung.

Hắn tiếp, cả ba nơi, đều tối tăm mù mịt như nhau. Điểm dừng cuối cùng vẫn là chiến trường. Vẫn là cái chết.

Nghe đến đấy thì tôi bàng hoàng. Những gì hắn trải qua trong quá khứ, hoàn toàn chẳng thuộc về thế giới tôi đã đành, còn như ngoài sức tưởng tượng của tôi nữa. Những tháng năm đất nước chiến tranh, thân phận con người mỏng như vôi, cái chết cận kề từng giây từng phút. Nhưng mỏng là mỏng ai đó, cận kề với ai đó. Không bao giờ là với tôi, với gia đình tôi. Tôi đã sống như trong một vỏ bọc. Một con tằm nằm trong cái kén. Tôi không cách gì hiểu nổi tâm tư của những người phải đối đầu với tử thần hằng ngày thuở ấy. Càng không hiểu được sự sợ hãi, và nỗi cay đắng của hắn. Bởi chính bản thân hắn, hắn cũng đâu thấu hiểu được điều người khác bắt buộc phải làm khi sống trong những môi trường kỷ cương, kỷ luật như vậy.

Ngày còn học ở thiếu sinh quân, hắn chưa qua hết tuổi vị thành niên. Khi quen hắn, tôi cũng chỉ vừa xong trung học. Tôi nhớ tôi đã an ủi hắn bằng một câu hết sức ấu trĩ:

- Thời buổi này, có ước mơ nào ngày xưa được thực hiện đâu.

Hắn bật cười. Giọng cười ngậm ngùi, đắng chát:

- Nhưng dầu sao đi nữa thì Nga cũng đã có cơ hội được mơ, được ước những ước mơ tốt đẹp.

Những ước mơ ngày xưa của hắn thật buồn. Những ước mơ thật giản dị, bình thường; nếu không muốn nói, thật tầm thường. Được ở chung với gia đình, được thức dậy không phải từ lúc năm giờ mỗi sáng, được đi đứng như ý mình muốn đứng đi...

Thời thơ ấu của hắn thê lương. Thời mớI lớn của hắn não nề. Đến thời yêu tôi, thực tế và ước mơ càng thê lương hơn, não nề hơn. Gần như chưa bao giờ hắn có đủ tiền đưa tôi đi uống một ly cà phê. Đã vậy cái huyện lỵ miền đông xao xác ấy vào những năm mở mắt ra chỉ thấy khoai và củ, nhà cầm quyền cấm buôn bán, cấm quán hàng, càng không thể nào tìm ra một nơi có giấy phép kinh doanh để hắn hỏi mời tôi ly cà phê. Thỉnh thoảng khi được phép ba mẹ tôi cho đi dạo với hắn, hai đứa thường thả bộ dọc theo con lộ có những lô cao su cao ngất, khô khốc màu đất đỏ và đầy bụi mù lúc những chuyến xe đò liên tỉnh, xuyên Việt chạy ngang qua. Hắn nói với tôi, ở mãi cái xó xỉnh này, đến một lúc nào đó, mọi thứ, từ con người, tình yêu, cuộc sống, ước mơ..., rồi sẽ thui chột, đui mù đi. Hắn bảo hắn đang nuôi thêm một thứ ước mơ đội đá vá trời, ước mơ thoát khỏi chốn địa ngục trần gian.

Thường hắn hay đến nhà tôi vào buổi chiều, dạy cho em tôi đánh đàn và đàn cho tôi nghe. Những khi không độc tấu nhạc cổ điển, hắn hát đi hát lại một đôi bài tiền chiến. Chiều buồn len lén tâm tư. Với bao tà áo xanh đây mùa thu hoa lá tàn... Đôi khi nổi hứng tôi hát bè với hắn. Em tôi bảo tôi với hắn song ca "tình khúc thứ nhất" buồn thê thiết như những hôm không đủ gạo.

Tuy nhiên cuộc sống, giá mà dừng lại được ở đấy. Tôi và hắn, giá mà biết ngưng cái mối tình đầu dẫu không như truyện, không như mơ, không như tiểu thuyết, nhưng tôi nghĩ rất nên thơ ấy ở nơi đáng dừng như vậy. Thật, giá mà ngừng ở đấy, chắc có lẽ tôi giờ đây sẽ nghìn năm thương nhớ hắn, chắc có lẽ hắn sẽ muôn đời yêu quí tôi.

Tôi nhớ có lần hắn kể hắn yêu mái tóc dài của tôi ngay từ ngày đầu gặp gỡ. Sau đó hắn thêm, cho đến lúc ấy thì hắn vẫn chưa hề thấy người con gái nào có mái tóc đẹp đến vậy. Rất nhiều lần hắn đã xin được ôm một lọn tóc của tôi trong tay. Nâng niu như nâng niu báu vật. Dịu dàng bảo hương bồ kết lá sả lá chanh có thể làm ngất ngây, làm chết được lòng một con người. Và hắn hát, ngọc lan giòng suối tơ vương...

Mười tám, hai mươi tuổi, con người ta hay nghĩ ra những điều khùng điên, hay làm những trò khùng điên. Chẳng biết khi hắn nói với tôi như vậy, hắn có đang ở trong một cơn điên nào đó chăng, và tôi, cũng chẳng biết có điên hay chăng. Mà tôi và hắn lấy nhau. Lấy nhau vì yêu suối tóc, lấy nhau vì chưa bước qua khỏi tuổi xuân thì. Đêm tân hôn, tôi nhìn hắn trong bóng tối, không hiểu nổi tại sao mình lấy chồng. Hắn nhìn lại tôi. Ngơ ngác. Vuốt bờ vai trần của tôi, hắn kéo một lọn tóc đặt lên, rồI bảo thấy tôi lạ quá.

Tháng năm sau đó, tôi hết còn trẻ, hết còn mười tám đôi mươi. Hết còn những ứng xử nổi loạn, điên khùng nhất thời. Tôi trở mình già dặn hẳn ra trong bổn phận. Tôi loay hoay trăn trở tìm cách gầy dựng một mái gia đình. Tôi nhớ đến những ước mơ thời thơ trẻ của hắn, tôi cố tìm kiếm, cố lục lọi mọi lối, mọi con đường, để hắn và tôi có thể chung cùng.

Nhưng rốt cuộc tôi làm không nổi. Tôi thực hiện không được những điều mình nghĩ suy. Tôi và hắn không cùng lớn lên. Không cùng già đi. Cứ như thời mười tám, đôi mươi, hắn vẫn hát tình ca, vẫn yêu suối tóc, bờ vai gầy...

Nhưng hắn thôi không còn hát tình ca cho tôi. Không còn yêu suối tóc tôi. Đêm đêm tôi ôm con ngồi chờ tiếng gọi cửa, tiếng chân trở về nhà. Hắn đi tìm đồng cỏ ở bên kia chân đồi.

Vài năm sau, hắn thực hiện cái ước mơ đội đá vá trời. Hắn bỏ tôi đi thật xa. Tít xa. Tới một chỗ mãi nhiều năm sau tôi mới tới được. Khi gặp lại hắn, tôi nhận ra sự khác biệt giữa hai con người. Và nhận ra từ đấy, tôi sẽ bước đi một mình.

Nơi ấy, hắn có một bờ vai mới, tóc xõa mới. Tôi và hắn chia lìa nhau. Tôi dắt con qua cầu đoạn trường bằng những bước thấp bước cao, và đầy ngổn ngang đàng trước mặt. Hết còn trẻ, vấp, tôi ngã. Sóng soài. Đớn đau. Không cách gì gượng dậy nổi.

Nhiều lúc trong đời gồng gánh nuôi con, tôi quên bằng mất hắn, dẫu tôi chẳng giận hờn cay đắng gì. Bởi tôi hiểu lẽ ra tôi và hắn không nên có mặt trong đời nhau như vậy. Và cũng phần nào đó, tôi không muốn nhắc nhớ đến những kỷ niệm buồn bã, chua chát đã trải qua cùng nhau.

Vậy mà lạ, bỗng dưng chiều hôm nay, một buổi chiều không có gì đặc biệt của những ngày sắp sửa bước vào tuổi năm mươi, khi không tôi lại chợt để lòng hoài niệm về cái kỷ niệm cũ rích cũ rang ấy với hắn. Bỗng dưng tôi lại nhìn thấy một hắn, thời yêu tôi. Một hắn, thời tơ vương suối tóc đen tuyền của tôi. Tôi tự hỏi không biết có phải vì tứ của cái truyện ngắn làm tôi chao lòng. Hay là tại tôi bắt đầu trở nên già nên bỗng đâm ra lẩm cẩm?

Tôi ngẩn ngơ. Cuối cùng, cuối cùng tôi tự nhủ, dẫu sao đi nữa, thì hắn cũng đã từng là nhân vật một thời của tôi. Dẫu sao đi nữa thì hắn cũng đã làm những điều dễ thương, nghĩ ra được những điều hết sức trìu mến. Và dẫu sao đi nữa thì hắn cũng đã xa xôi ngàn dặm trong tôi.

Tôi bỗng liên tưởng đến chuyện... tưởng niệm nhân vật của mình, như hoài một cố nhân!

Chỉ có điều là tôi không biết làm gì bây giờ. Vì thường để nhớ đến ai đó đã vĩnh viễn không còn hiện hữu, người ta có nhiều cách tưởng niệm; dâng một bó hoa, đốt một nén nhang, viết một bài văn tế. Tôi, tôi không bao giờ cúng kiếng, lại càng không biết viết văn tế, nên nghĩ mãi, vẫn chưa biết cách nào để tưởng niệm.

Chẳng lẽ chỉ nói nhớ đến khơi khơi vậy, rồi tống biệt, bỏ lại sau lưng bằng một nụ cười suông, thường là rất nhạt nhẽo của mình?

■

CHIỀU CUỐI NĂM

Buổi chiều sân trường thật vắng lặng. Trời xuống thấp. Từ chỗ tôi ngồi trong lớp mỗi ngày, nhìn xuống phía dưới như thể nhìn xuống một rừng cây nhiệt đới. Đó đây những nhánh lá dương xỉ xanh ngăn ngắt, hàng phượng tím ngã dài trên mái ngói cành lá ướt sũng hạt mưa chiều, và xa xa hơn, bãi cỏ nghiêng nghiêng những đóa bồ công anh nhỏ nhoi tội nghiệp.

Mưa, trời buồn.

Không gian chung quanh cũng buồn.

Ngôi trường, tự bản thân nó, càng buồn hơn thế nữa. Từ ngoài cổng nhìn vào dường như chỉ nhìn thấy một khoảng không gian thật tối và thật xám, gợi lên những hình ảnh và dấu tích u ám của thời các tù nhân khổ sai bị đày đến châu lục này. Ngày xưa nơi đây là bịnh viện. Đằng sau cánh cổng sắt, hai căn nhà xác nhỏ vẫn còn hiu hắt buồn nằm ngó lên tường vôi trắng - những bờ tường nối liền các phòng ốc lại với nhau xuyên qua dăm ba dãy hành lang sâu hun hút được xây bởi các viên gạch thủ công làm bằng tay không thẳng thớm, cùng những vết vôi trát vụng về, chỗ lồi chỗ lõm. Trên những bức tường ấy, thỉnh thoảng lại hiện ra một viên gạch xếp ngược đầu, khắc vài ba nét chữ. Nguệch ngoạc dăm con số, đôi tên người.

Những con số, những nét chữ đậm nhạt, lớn bé không đều tay, ngả nghiêng xiêu vẹo trên mớ gạch xếp ngược đầu không biết do ai khắc, thoạt nhìn, có thể hiểu lầm là do một trò đùa nghịch ngợm nào đó. Nếu không để ý kỹ, hay không có ai nói hoặc kể ra, thật khó lòng để mà có thể tưởng tượng rằng đó là những bia mộ tưởng niệm người đã qua đời trong thời gian bị lưu đày và làm việc tại nơi này.

Ngôi trường, những tháng năm dài chinh chiến, tài liệu thư viện ghi lại, binh sĩ bị thương thường được đưa thẳng từ chiến trường về. Đâu đó, màu dâu bể, tang tóc chừng vẫn chưa biến mất qua những nét kiến trúc hình hộp của các gian phòng lớn dẫu đã được sửa chữa thành lớp học, hoặc thành nơi thực tập của phân khoa y. Và càng rõ hơn, trên đôi mái ngói thấp, khung cửa sổ bé tí tẹo cùng những khung sắt dọc ngang chắn phía bên ngoài không theo thứ tự của hai căn nhà xác cũ sau cổng trường.

Chiến tranh, buồn. Chiến tranh xảy ra ở đâu cũng buồn.

Gần như lần nào ngang qua đó, cố ý hay không, tôi vẫn không tránh được cái ngẩn ngơ khi loáng thoáng thấy màu mái ngói nâu sậm là đà đôi nhánh khuynh diệp. Có những điều, không định hình, không rõ ràng nhưng lại làm trái tim tôi trĩu xuống, xót xa. Đâu đó, tôi lại chạnh lòng nhớ đến các chuyến xe convoy chở những quan tài phủ cờ vàng chạy qua con đường trước mặt thời thơ ấu. Và cần không phải mường tượng, không cần phải đưa trí ngược về thời đã sống, nhưng hình ảnh những tháng năm chiến tranh đầy đạn bom ấy vẫn quay về, hiện ra rõ mồn một như chỉ vừa mới xảy ra hôm qua, hôm kia.

Đã nhiều lần tôi tự hỏi, những tháng năm thật cũ kỹ ấy, dễ chừng đã trôi đi hơn hai phần ba đoạn đời sống trên đất của mình, hoàn toàn không còn dính dấp gì đến đời sống hằng ngày này, và chính bản thân tôi vốn chẳng là người từng đổ nước mắt đổ máu xuống cho quê hương, vậy mà chỉ cần một thoáng lao chao, một gợi nhớ rất mỏng manh như cơn gió thoảng qua thôi, là tất cả các hồi ức xưa lại hiện ra. Một mái ngói, một vòm cửa sổ, một gian phòng dành cho binh sĩ bị thương từ chiến trường về ở ngôi trường này, có liên quan gì đâu đến phần đời xa xưa ấy, cũng chẳng hề dính dáng đến một con người vốn rất thờ ơ, rất lãnh đạm trước cuộc chiến năm nào là tôi, mà lòng cứ nhoi nhói, cứ quặn lên cái đau đớn, như thể một đầu gai nhọn nằm ẩn đâu đó dưới lần da, chỉ chờ có cơ hội là trở mình, ung mủ.

oOo

"Chỉ còn hai giờ đồng hồ nữa là năm sẽ hết.
Ánh ơi, Ánh ơi, Ánh ơi, Ánh ơi
Anh đi ra phố uống rượu một tí rồi sẽ về viết tiếp
cho Ánh. Ánh nghe. tất cả những gì thiêng liêng nhất
anh đã kết tụ lại để nghĩ về Ánh cho một ngày một đêm
một giờ cuối cùng của một năm..." (*)

oOo

"Chỉ còn hai giờ đồng hồ nữa là năm sẽ hết..."

Từ chỗ tôi ngồi, bước xuống sân trường, qua hai dãy hành lang dài, qua những bậc thang cao đôi chỗ không thẳng thớm, bước ra đến sân, ngửa mặt nhìn lên bầu trời lất phất mưa, và hoa phượng rơi lác đác tím, không xa, nhưng không vội mưa sẽ ướt tóc, ướt hai vai. Vậy mà bước chân vừa rớt lên bậc thềm, tôi bỗng chững lại giữa cơn mưa bởi giọng nói thật mềm, thật ấm áp ấy vang lên phía sau lưng. *Ánh ơi, Ánh ơi, Ánh ơi, Ánh ơi...* Cái giọng nói, bằng ngôn ngữ mẹ đẻ trong buổi chiều mưa nhạt nhòa trên sân trường nơi xứ người, vang lên như đong đưa trên màu phượng buồn hiu hắt tím khiến tôi sững người. Cái giọng nói với ngữ điệu mượt mà như tiếng ru, êm ấm như bàn tay giữ hương mùa đông, mà ngay cả khi đang đi ở Sàigòn, cũng có thể làm tôi giật mình ngoảnh lại.

Chỉ còn vài giờ đồng hồ nữa, năm sẽ trôi qua. Cái giọng nói cùng câu nói khiến tôi sững sờ. Bàn tay tôi buông thõng xuống, mặt ngửa nhìn lên trời, tôi có

HOÀNG NGA

cảm giác gần như mình đã hoàn toàn không còn có thể cử động được nữa. Những hạt mưa lắt lay trong không, hắt những giọt lành lạnh xuống mặt. Cái giọng nói mềm, nghe quen quá, gần quá. Cái ngữ điệu nghe thân thiết quá. Như thể nửa vòng lục địa, như bên kia chân đèo, như Trường Tiền, Gia Hội, Thiên Mụ, Kim Long..., vẫn còn quanh quẩn ở đâu đây.

Tôi không thể nào bước. Tôi không thể nào đi. Mà đứng thật lặng. Thật yên không hề nhúc nhích. Vậy mà cơ hồ tôi nghe như mình vừa dẫm lên một mớ đinh nhọn, cơ hồ lòng bàn chân mình nhức buốt, nhói đau.

"Nhỏ ơi".

Vùng ký ức tôi quẩy lên hai tiếng gọi "nhỏ ơi" thật gần.

"Nhỏ ơi, đưa tay cho anh cầm".

"Nhỏ ơi, đừng khóc".

"Nhỏ ơi, anh đang ở đây".

Nhỏ ơi. Nhỏ ơi.

Những tiếng gọi như dỗ dành, như câu kinh chiều chạy dài trên sống lưng. Những tiếng gọi như tiếng nước giòng sông trôi hiền hòa thời thơ ấu. Tôi rùng mình. Nhắm chặt hai mắt lại với nhau. Tôi vùng vẫy xua đi hình ảnh của những ngày, những giờ náo nức ngồi chờ đợi tiếng điện thoại reo vang, chờ đợi một giọng nói mềm, chờ đợi một cổ tích, chờ đợi một ân cần. Và chờ đợi những câu chuyện kể về đời binh nghiệp, những tháng năm tôi có mặt thuở đất nước còn binh lửa nhưng chỉ đứng nhìn như một người khách lạ.

oOo

Ánh ơi, Ánh ơi, Ánh ơi, Ánh ơi...

Tôi không quay lưng nhưng chợt nhận ra tiếng nói phát ra từ một chiếc máy hát tân tiến nào đó của đám học sinh đồng hương đang ngồi tụm năm tụm bảy dưới mái hiên phòng ăn. Trời mưa.

Tôi nghe tiếng gọi. Nhỏ ơi! Ngậm ngùi. Tôi mở bừng hai mắt, ngước mặt nhìn mảnh tường vôi trắng phía trên cao. Mảnh tường trắng. Hai bên vòm cửa dẫn vào thư viện trường. Thêm vài bước, đâu đó trên nền gạch không thẳng thớm sẽ hiện ra đôi giòng chữ nguệch ngoạc, vài con số, dăm cái tên người.

Bên tai tôi giọng nói mềm à ơi.

"Anh đã tự hứa với lòng, khi thoát chết từ chiến trường về, thì anh sẽ sống tử tế, phải sống tử tế bởi vì có những con người đi trước, đã ngã xuống vì anh, chết cho anh. Bao năm qua, anh vẫn cố sống cho dẫu có những lúc tưởng như mình không còn có thể sống được. Đồng đội anh, bè bạn anh, những người không quen biết nhưng đứng cùng chiến tuyến với anh, đã nằm lại trên những triền đồi xơ xác đạn bom, đã vùi thân giữa rừng thiêng nước độc, đã vĩnh viễn ra đi để cho anh được trở về, để cho anh được sống còn trên mặt đất. Anh đã tự hứa và anh đã tự thề. Rằng anh sẽ không bao giờ phản bội bất cứ một người nào ở chung quanh đời sống anh, chỉ vì có những người đã hy sinh để anh còn được sống..."

Từ chỗ tôi đang đứng, ngước mặt dưới trời mưa, bước lên thêm một vài đoạn là đến những dãy tường gạch nung bằng tay. Tôi nhớ rõ như in bao giờ ngang qua đó, tôi cũng nao lòng nhớ đến những lời đã được nghe. Những tự tình đã được nói. "Nhỏ ơi, khi anh có nhỏ, anh thật không bao giờ có thể tưởng tượng mình hạnh phúc đến vậy. Buổi sáng bàn tay anh run cầm tách cà phê khi nghĩ đến nhỏ. Buổi trưa trái tim anh đập khi hình ảnh nhỏ đong đầy. Buổi tối mắt anh rưng rưng khi ngó ánh trăng vàng với bóng dáng nhỏ. Trong cõi riêng anh, có ánh mắt hơi thở nụ cười và tiếng khóc của nhỏ. Có những tiếng gọi nhỏ ơi trong bình minh và trong thăm thẳm tối... Anh gọi đây là tình yêu. Một tình yêu rất muộn màng, và anh đã không cưỡng lại được tình yêu của anh dành cho nhỏ, cũng không thể nào cưỡng được nói ra lời nói yêu thương nhỏ, dẫu anh biết rằng sẽ khiến nhỏ buồn, khiến đời nhỏ long đong thêm, và chính đời anh sẽ đớn đau hơn. Bởi nhỏ ơi, đó là sự phản bội, không phải chỉ với người đang có ràng buộc với anh, nhưng còn với những điều anh thường trăn trở, với những người đã nằm xuống, đã hy sinh mạng sống mình để anh được sống còn."

"Những người đã cùng anh dựa lưng với cái chết, đã không bỏ anh lại sau trận đánh bị giam chân mười ngày đói và lạnh cùng cơn sốt rét chết người. Đang đi, anh đã gục và lăn xuống tận cuối đồi, vậy mà khi tỉnh lại, anh thấy mình không phải ở địa ngục, không phải ở âm ty, mà là trong trạm cứu thương.

Đồng đội cũng đói như anh, rã rời như anh, nhưng vẫn cố chòi theo, vực anh dậy, và mang anh về nơi ấy... Là những người mà anh nghĩ khi hết chiến tranh nếu làm điều gì đó sai trái với lương tâm, chính là anh đã phản bội họ."

Đêm đã qua rất đắng trong tôi. Buổi tối ấy trời bỗng dưng trở nên rất lạnh. Những con đường chúng tôi đi qua se sắt gió. Đêm đen ngoài đường và đêm đen trong mắt tôi. Lần đầu tiên cái cảm giác xé lòng khi nghĩ đến những đoạn đường mình sẽ bỏ lại khiến tôi đau nhức đến cùng tận.

Giữa những dằn co, tôi đã khóc nghẹn ngào khi biết sẽ không còn lời ân cần, không còn được nghe những tiếng ủi an, vỗ về nếu tôi rời xa. Nước mắt tôi tràn trên má nhớ tới bài hát, *"Những hẹn hò từ đây khép lại. Thân nhẹ nhàng như mây. Chút nắng vàng giờ đây cũng vội. Khép lại từng đêm vui..."*. Bên tai tôi lúc ấy cũng mềm giọng nói. "Nhỏ ơi, hãy nhớ nếu nhỏ khổ, thì anh ân hận nhiều mà chết sớm."

Lòng tôi ngổn ngang không biết nên làm gì, dẫu tôi hiểu rõ hơn ai hết mình nên quyết định điều gì. Và tôi biết mình phải sống cho đúng dù rằng lòng tôi sẽ rất đắng, tim tôi sẽ rất đau.

Tôi đã đứng mãi trong cơn nghẹn ngào. Cuối cùng tôi nhận ra tôi không thể trở thành là nguyên do, định mệnh, hay phần đời nào đó của một người, mà khiến lời hứa nguyện rằng sẽ sống tử tế, sống có trách nhiệm với người chung quanh sau khi tàn chinh chiến của người ấy sẽ bị hủy hoại...

Cuối cùng thì tôi cũng rời được thành phố ấy. Tôi nhủ lòng sẽ đi riêng tây trên con đường còn lại.

Tháng hai tháng ba. Tháng tư tháng năm. Tháng bảy tháng tám. Tháng chín, tháng mười, tháng mười một, tháng mười hai. Tháng năm ngoái, tháng năm nay. Tháng đầu tháng cuối. Tháng Chạp tháng Giêng. Tất cả đã đến rồi đi. Những tháng ngày sau đó của tôi hoàn toàn không còn nghe giọng nói mềm và ngữ điệu tha thiết xưa.

Tôi buông bàn tay ra khỏi những hẹn hò.

oOo

Tôi đứng lặng yên. Giang bàn tay ra giữa trời mưa. Nhỏ ơi. Nhỏ ơi. Tiếng gọi như đang đưa về trong cái tịch mịch của buổi chiều cuối năm. Tiếng gọi như xé lòng tôi. Nhỏ ơi. Nhỏ ơi. Những giọt nước lăn xuống cổ, tràn vào ngực áo. Không biết là nước mưa, hay là những giọt lệ chiều. Nhưng làm tôi nhớ tới những giọt nước mắt nóng ran trên vùng da mặt mình đêm giã từ. Dường như đó là lần đầu tiên trong đời tôi khóc nhiều đến vậy.

Tôi đã trở lại với bầu trời nơi tôi sống. Trở lại với con đường đến trường mây bay, mưa nắng.

Như ngày hôm qua.

Như chiều hôm nay, mưa không dứt hạt. Từ thềm thư viện ra cổng mưa lạnh trong không. Mưa rớt rơi bên đường. Rớt rơi trong lòng tôi.

Bây giờ là những ngày cuối cùng của một năm. Tôi trở về nhà với cơn mưa chiều rơi nghiêng ấy. Thành phố lấp lánh ánh điện vàng. Những hạt nước trong veo lấp lánh ngoài khung cửa kiếng. Tôi tự hỏi không biết đun rủi nào lại phải nghe cái giọng nói đầy âm hao ngày cũ trong một buổi chiều cuối năm buồn tủi khiến tôi nhớ đến bài thơ tôi được nghe à ơi ngày ấy. Nhớ đến buổi sáng sớm lúp xúp chạy tìm chuyến shuttle cho kịp giờ bay -cái giờ bay định mệnh đưa tôi rời thành phố đầy mây trắng, trả lại cho người trở về với lời hứa của mình.

Tôi cố không rơi nước mắt.

Trời vẫn mưa. Tôi úp mặt vào thành cửa kính.

Rồi tôi vòng hai tay lên đầu.

Ảo giác tôi vọng lên hai tiếng.

Nhỏ ơi.

Thật ngậm ngùi.

(*) Trích thơ Trịnh Công Sơn gửi Ngô Vũ Dao Ánh

∎

GIÓ LAY CHUỐI RỤNG

Buổi sáng tôi bắc ghế ra hàng hiên ngồi với mẹ chàng. Nắng lên vàng óng, soi rọi xuống khoảng sân cỏ xanh mượt cùng hàng hoa hồng thoang thoảng hương bên góc trái, và lung linh trên những nhánh thông già, những nhành lá phong đang chao nhẹ trong gió sớm. Tôi nói với mẹ chàng:

- Ở đây xe chạy nhiều quá, phải không mạ?

Mẹ chàng đưa mắt nhìn ra phía ngoài mặt lộ, nơi hàng hàng lớp lớp những chuyến xe về qua. Nhưng ở quê người, đã không còn là những chuyến xe về Nam Ổ, Cẩm Lệ. Không còn những chiếc Traction Citroen, cũng không cả Phi Long Tiến Lực liên tỉnh của Renaul Goulette, không cả quốc lộ một với những đoàn convoy chở lính ra chiến trường và từ mặt trận về, nhưng vẫn lấp lánh ánh mặt trời trên cửa kính, chớp lóa vào đến tận chỗ chúng tôi ngồi. Nên mẹ chàng chép miệng:

- Khi mô thì xe ở Huế về tới hè?

Tôi quay sang nắm lấy bàn tay hằn lên những đường gân, dấu vết của một thời, nhiều thời tảo tần nuôi chàng, nuôi những người em chàng lớn lên, tôi cười:

- Chắc chút nữa.

- Lâu rứa à?

Tôi vuốt ve làn da đã sạm nắng và nhăn nheo:

- Không lâu đâu. Chừng năm phút nữa thôi mạ.

Nhưng năm phút, mười phút chừng đã không còn ý niệm gì trong ký ức mẹ chàng. Tiếng tắc lưỡi bên tai tôi nghe thật khẽ nhưng đầy lắng lo:

- Phải đi nấu cơm. Phải nấu cơm, chớ không, hắn đi hành quân về đói bụng đó con nờ.

Tôi dạ. Tôi biết mẹ chàng đang nhớ lại những tháng năm chinh chiến mỏi mòn. Tôi nói thêm, cho mẹ chàng vui:

- Con còn phải kho thêm nồi cá nục. Ảnh thích ăn cá nục mà, phải không mạ?

- Ừ, anh Ba thích ăn cá nục.

Tôi lại dạ. Cá nục ở Long Beach, ở Miami Beach, ở Alaska, hay ở Thuận An, Thanh Bình, An Hải, Mỹ Khê..., đều tương tự giống như nhau. Biển, ở đâu cũng chỉ một màu xanh biêng biếc. Ở đâu cũng sóng bạc đầu. Và ở đâu cũng có những con cá nục xanh rờn thấm đậm mùi nước mắm, tiêu, hành.

Ở đâu, mọi con đường cũng chỉ ngắn ngang bằng một cái chớp mắt. Thoắt một cái, chàng không còn có ở đó nữa, mà trong ký ức của người đang ngồi bên cạnh tôi, là hình ảnh của một người thanh niên đang đồng hành trên con đường của mạ, đang rụt rè ở gian nhà trước của ông bà ngoại thu hết can đảm ngỏ lời muốn đến cùng với người thiếu nữ hiền hòa, đảm đang kia.

Tôi trêu:

- Mà anh Ba thích ăn bánh tráng cuốn rau sống nữa phải không mạ hè?

- Ờ, anh Ba... Anh Ba thiệt là hiền lành... Người hiền rứa mà chết sớm ghê.

Nước mắt tôi muốn rơi ra. Tôi không cần nhắm mắt lại cũng nhìn thấy thật rõ hình ảnh mạ quấn khăn tang, một nách hai con thơ, lạc lõng bơ vơ giữa nghĩa trang quân đội thưa người. Đã không có ai ở cạnh mạ. Không có ai bên cạnh mẹ của chàng.

Không có chàng, dẫu rằng chàng đã đứng cùng với mẹ, ngơ ngác nhìn nấm đất vừa mới đắp. Không có chàng, dẫu chàng đã nắm lấy bàn tay mẹ mại mềm.

Không có ai. Không có ai hẹt, Bởi các con của mạ thuở ấy còn quá thơ bé, quá dại khờ.

Người ta đã hát những bài có lời buồn bã "ngày mai đi nhận xác chồng. Chân đi để thấy mình không là mình", những "khăn tang cô phụ còn lóng lánh dấu ái ân", những "chao ơi thèm nụ hôn quen. Chong đèn hẹn sẽ đêm đêm đợi chờ"... Cái thuở của mạ, chung quanh rất nhiều người đi nhận xác chồng, xác người yêu, cái thuở không ai biết câu trả lời bao giờ sẽ trở về. Mạ đã là người đi nhận chiếc quan tài phủ kẽm, đã kho nồi cá, nấu nồi canh nhưng người đàn ông của mạ không bao giờ còn trở về.

Chàng lớn lên, cũng vào quân đội, mẹ chàng lại hàng ngày kho nồi cá, luộc miếng rau. Và chờ đợi. Cuộc chiến lan nhanh. Cuộc chiến kéo dài. Người ta nói hết chiến tranh, nhưng lòng mẹ chàng vẫn ở lại với những tháng năm buồn bã ấy. Không cách gì thoát ra được nỗi đoạn trường.

Tôi ôm cánh tay mẹ chàng:

- Thôi trời bắt đầu có gió, mạ vô nhà, con gọt trái cây mạ ăn.

Có tiếng vọng theo tôi thật thiết tha, não nề:

- Ờ, nhớ mua trái cây. Nhớ mua hoa nữa nghe con.

Tôi dạ. Mẹ chàng lại ngập ngừng:

- Mà... con có biết khi mô là đám giỗ không?

Tôi buông bàn tay. Tôi đã bước vào đến nửa căn phòng khách, nhưng thật lòng tôi không hề muốn nhìn lên bàn thờ. Tôi hề không muốn nhìn thấy hình người thanh niên đã hy sinh vì tổ quốc có gương mặt rất trẻ, trẻ như vẫn còn đang ôm một giấc mơ.

Tôi thật lòng không muốn ngược về vùng quá khứ với những tháng năm chiến tranh dài khốc liệt. Tôi thật lòng không muốn hình dung ra mẹ chàng, vất vả ngược xuôi.

Tôi sợ trái tim tôi đớn đau. Tôi sợ trái tim tôi thắt lại, bởi vì tôi đã không hề ở cùng với mạ, không cùng với cả chàng những tháng năm ngất ngất sầu não ấy của ngày xưa.

Tôi bước ngược trở ra lại bên thềm. Lòng tàn hoang như đám lá vàng vừa rớt rơi trên bãi cỏ. Tôi nhớ đến câu ca dao. Mẹ già như chuối chín cây. Gió lay chuối rụng, con thời mồ côi...

Tôi lại muốn khóc. Muốn khóc thật rồi.

Trời vẫn nắng hanh hanh vàng trên những nhành lá đong đưa trước hiên nhà chàng.

Gió lắt lay qua vai tôi. Gió lắt lay trên hiên nhà chàng. Tôi nhớ đến mẹ tôi ở quê nhà. Nhớ đến những chiều hôm ngồi với mẹ nhìn ra thềm buông nắng. Nhớ những chuyến xe đò, những đoàn convoy chạy ngang qua trước con đường có bóng lá kiền kiền.

Tôi bật khóc.

Và tôi van thầm.

Mạ ơi, xin đừng lắt lay rơi rụng...

■

LÃNG TỬ HỒI ĐẦU

Lãng tử hồi đầu kim bất hoán

Tôi trở về thị trấn bằng phương tiện giao thông duy nhất, đi bộ. Và bằng thứ nhiên liệu cũng gần như duy nhất thuở ấy, mồ hôi. Nắng chiều đã hoàn toàn tắt hẳn trên những con đường đất đỏ, nhưng cái oi nồng, nhơm nhớp nóng của sáu tháng mùa nắng còn đọng lại, đặc quánh trong không khiến tôi ngộp thở. Đôi bàn chân tôi mỏi nhừ. Từng sớ thịt cơ hồ giãn ra đến như không còn có thể đàn hồi.

Đường xa. Thời tiết nóng bức. Tôi lầm lũi bước. Mọi hoài bão, mọi ước muốn, mọi thứ quá khứ, tương lai xa gần đều rơi tuột xuống, biến mất vào hư không. Trong tôi chỉ còn lại cái mỏi mong duy nhất là được về đến nhà, xối miếng nước lạnh lên người, rồi vào nhà nằm vật xuống giường.

Thêm một bữa cơm, cơm trắng, hay gì gì đó khác với bắp hầm, bí đỏ, đậu phụng.... Là thiên đường.

Nửa tháng, ngày như mọi ngày, những thứ thực phẩm vốn làm chỉ đầy bao tử không chỉ khiến mỗi mình tôi sợ, đám anh em tôi sợ, mà cả nước đều sợ như thế, vừa thoáng nghĩ đến là đã sởn gai ốc, tóc gáy đã muốn dựng đứng. Nhà nhà đói, người người đói. Lâu lâu, tình cờ tóm được ở đâu đó nhúm dền dại, mớ rau càng cua mọc lên từ một chỗ khuất lấp giữa đám rẫy bắp và đậu, tôi mang về nấu canh, trộn gỏi, từ ngữ thời bấy giờ gọi là cải thiện, làm mắt đứa nào cũng sáng như sao. Ngồi lại với nhau, câu chuyện đầu môi của cả nhà thường vẫn là "nhớ bánh bao Thanh Thế, nhớ quán bún bò bà Đào, nhớ bánh kem Lan Hương, nhớ mì hoành thánh ngã năm, nhớ cơm tay cầm, bánh mì thịt nguội, vân vân và vân vân..."

Cái thời buổi lạ, thiên nhiên kể càng lạ hơn. Càng như muốn hành hạ con người ta hơn nữa. Trên một đám đất thật tốt, rau trồng ra, tưới tắm kiểu gì, chăm sóc kiểu gì rồi vẫn bị cỏ lấn lướt. Cỏ bạt ngàn, cỏ lớn nhanh như thổi, trơ trơ xanh ngắt từ nương này đến rẫy nọ, từ loại này đến loại khác cho dẫu thời tiết thế nào đi chăng nữa. Và càng lạ hơn, bên cạnh cỏ, còn có những thứ rau "trêu ngươi" cũng lớn rất nhanh và rất dễ dàng như vậy. Khi tôi thử trồng vài luống khoai để lấy giây và lá nấu canh, buồn tay ươm thêm vài hạt húng quế gần bờ giếng. Vài tuần sau, giữa lúc đám lang cứu đói tội nghiệp của tôi lúc đầu chỉ úp mở được vài ba cái lá như thể cho vui, rồi èo uột, héo hon dần đến cuối cùng chỉ còn lại những nhánh dây màu tím tang thương nằm trơ ra trên mặt đất, thì lũ quế thường gợi nhớ đến phở, đến gỏi bò tái, thời tàn, đào không ra thịt, không ra cá để nấu, lại mơn mởn tươi xanh, mượt mà như thiếu nữ.

Và sau cùng là cào cào, châu chấu. Như cũng muốn tranh ăn với người bởi tất cả các thứ rau ăn được, hoặc những thứ lá cây, rau dại có thể xào nấu được, đang xanh tốt, nhưng có khi chừng vài tiếng đồng hồ không để ý, đám giặc này bủa tới là mọi thứ nhánh ngọn đều biến mất như tàng hình, chẳng hề để lại dấu vết gì.

Ở rừng, thảm não, thiếu thốn. Về thị, chắc chắn là không hơn. vậy mà vật vờ với cái nắng và nỗi nhọc nhằn dọc đường, tôi cứ mang trong lòng niềm hy vọng rằng mẹ sẽ có thứ gì đó khác dành cho mình. Một thứ gì đó khác. Biết đâu có ai đến thăm, tặng mẹ chút gì... Biết đâu, ai đến thăm! Một ý nghĩ hết sức buồn cười, vì hơn ai hết, lẽ ra tôi phải hiểu cái điều đáng kinh sợ nhất cho tất cả mọi người vào cái thời buổi thiếu thốn đến hãi hùng ấy, là nhà sẽ có khách đến thăm và ở lại ăn cơm! Chỉ cần tưởng tượng phải xén bớt phần thực phẩm vốn đã quá ít ỏi trong gia đình để đãi khách, ai ai cũng phải nổi da gà bởi có khác gì mong tai họa giáng xuống đầu, vậy mà như người đi trong sa mạc bị ảo giác làm mờ mắt, khi lê bước trên chặng đường khá dài ấy, lẩn quẩn trong tôi cái ước ao quái dị có khách đến thăm nhà như vậy lại cứ hiện ra...

Về thị, vừa đặt chân đến đầu khoảng đường có thể nhìn thấy ánh điện nhà ai đó lập lòe phía xa xa, lòng tôi bỗng bồi hồi hẳn ra. Tôi hớn hở chong mắt nhìn lên những ngọn đèn néon nhợt nhạt, tù mù phát bằng thứ công suất điện thấp nhất, tệ hại nhất, mà mỗi tuần chỉ được nhà cầm quyền cho xử dụng tối đa ba đêm. Đôi bàn chân tôi dưng không đã giở cao hơn lên khi băng qua những ngôi nhà lập lòe thứ ánh sáng "thị thành văn minh" buồn thảm, tội nghiệp ấy. Và nếu không kiềm được, hẳn tôi đã bật ra tiếng kêu, về nhà, về nhà, khi chạm mắt thấy dậu huỳnh anh vàng, bụi tướng quân nằm bên cổng, và hàng móng tay phơn phớt hồng xôn xao hai bên lối đi.

Về nhà. Về thị, về cái huyện lỵ đất đỏ bụi mù, se sắt buồn, nhưng dẫu sao cũng khá hơn khoảnh rừng đêm đêm vọng tiếng gió hú, tiếng ễnh ương, và thỉnh thoảng cả tiếng những con trăn lớn chuyển mình trong gió. Cái ảo giác thoát thân khỏi những ngày nắng cháy rát bỏng cùng những đêm buồn thê thảm ấy trong nương rẫy, đã khiến tôi thay vì hối hả tắm táp, vội vàng đi kiếm thứ gì có thể làm đầy bao tử, rồi vào nằm vật lên giường như đã ước ao suốt quãng đường dài lê thê, lại cẩn thận đi nhóm bếp nấu một nồi bồ kết, lá sả lá chanh. Cẩn thận hơn, tôi còn nấu thêm nồi nước pha lá hương nhu cùng trần bì phơi khô. Sau đó tôi nhẩn nha bên bếp lửa, chờ nghe mùi thơm của các thứ hương từ hai nồi nước tắm gội khẽ khàng bay ra.

Tôi nhẩn nha như thể thế giới đang bắt đầu thuộc về mình. Tôi nhẩn nha, tạo cho mình cái ảo giác nhẩn nha, để tự lừa dối, tự kéo mình lên khỏi hố thẳm, quên được phần nào đời sống nghèo đói triền miên đang bao trùm cả xã hội.

Tôi đã nhẩn nha như thế cho đến đêm buông. Bóng tối phủ quanh nhà. Và ra thềm ngồi chờ trăng lên.

Từ chỗ tôi ngồi trên hàng hiên, khuất lấp bởi hàng cau, những hôm trăng lên, tôi gần như phải ngửa mặt lên trời mới nhìn thấy được hết vòng ánh sáng đang tỏa. Nhưng cũng hệt như bao lần, giữa màu trăng vàng và hương cau thoang thoảng bay trong không đầy gợi cảm, hôm ấy, cố gắng mãi mà tôi vẫn không cách gì nhớ ra một câu thơ, một bài tình ca nào đó.. Cả khối óc tôi đặc quánh lại. Trí nhớ tôi cạn khô. Buồn thảm.

Tôi đã ngồi lặng như thế cho đến lúc nghe tiếng chân của mẹ dừng lại sau lưng mình và nghe tiếng mẹ hỏi công việc rẫy bái như thế nào. Công việc. Rẫy bái. Ruộng vườn. Những thứ công việc tôi chẳng bao giờ muốn làm, cũng chẳng bao giờ muốn dính dáng đến. Chỉ cần nghĩ tới cái nắng cháy rực trên từng phân vuông da người, bàn chân đau buốt dẫm trên những vùng đất chai đá, là nước mắt tôi đã muốn trào ra. Tôi cố nén tiếng thở dài, cố đáp qua loa, lan man nhảy từ câu hỏi này qua câu hỏi khác của mẹ. Không đầu không đuôi. Tự trong thâm tâm tôi, tôi muốn mẹ tôi mất kiên nhẫn, chuyển qua thăm hỏi chuyện gì đó khác để tránh nhớ tới một khoảng đất rừng, một bờ ruộng khô nẻ, một con đường dài hun hút bụi mù. Thật lòng, tôi chỉ muốn mẹ tôi để tôi yên với ánh trăng và những vòm lá lắt lay trong bóng tối.

Nhưng chừng như trái lại với điều tôi mong muốn, mẹ tôi có vẻ rất bình tĩnh. Bà lắng nghe từng chi tiết một trong những câu trả lời gần như nhát gừng của tôi. Rồi thong thả nhẹ nhàng hỏi lại cách cặn kẽ hơn.

Chán. Và buồn. Bất thình lình tôi im lặng một lúc rồi hỏi lại mẹ có làm thêm bài thơ nào không. Đang chuyện trò, bỗng dưng mẹ tôi chựng lại. Đang bình tĩnh, chợt như mẹ tôi rơi nhanh vào cơn bối rối. Những thanh âm vẫn khe khẽ vang ra từ tiếng mẹ tôi nói, từ tiếng quạt giấy loạt xoạt, bỗng đột ngột ngưng lại phía sau lưng tôi. Cuộc sống cơ cực, từ khi những niềm vui trong đời chúng tôi, trong đời của mẹ trôi qua như một con nước không bao giờ về nữa, vào những năm miền nam mới mất, thỉnh thoảng còn thấy mẹ tôi thả bút ghi vội dăm đôi ý, viết ra vài câu thơ dẫu không như xưa - không nhẹ nhàng, không lãng mạn mà u uất sầu, nhưng khi càng lúc càng trở nên xa xót hơn, thì những tấm giấy nháp trên bàn viết của mẹ đã vơi dần.

Thuở ấy đám anh em chúng tôi gồm có tôi, cô em gái, và ba tên con trai, hầu như chỉ giúp được mẹ những việc lặt vặt. Nhất là tôi, tôi vừa lười, vừa sợ việc nặng, vừa không muốn làm quen với môi trường sống mới, hoàn cảnh mới, nên nhiều lắm chỉ vào ra nội trợ, nấu ăn, rửa chén, quét nhà. Đã có nhiều hôm tôi không dám nhìn mẹ khom người nấu một nồi cám lớn, thái một đống rau cao ngút mắt, và loay hoay chùi dọn giữa một bầy heo nái... Những việc hoàn toàn vượt quá sức vóc của bà. Mẹ tôi đã gầy rộc. Mồ hôi thường chảy ra hai bên thái dương như mưa không kịp vuốt mặt. Thuở ấy, chỉ một điều duy nhất thỉnh thoảng tôi làm cùng với mẹ, là trao đổi những cảm xúc, bàn luận một vài ý thơ, mà sau này tôi vẫn tự hỏi, không biết mẹ tôi đã vui khi cảm nhận ra sự đồng điệu giữa hai mẹ con, hay bà đang xót xa cho tình cảnh của chính mình và cho tôi? Nhớ có lần mẹ tôi nói, những buồn vui, và những cảm nghĩ khi mẹ viết ra thành lời, tôi là đứa có thể chia xẻ với bà nhiều nhất nhưng cũng khiến cho mẹ tôi lo lắng nhiều hơn những đứa con khác của bà. Mẹ tôi bảo, người nhạy cảm thường vẫn là người dễ bị tổn thương, đau đớn.

Tối hôm ấy mẹ tôi đã không trả lời, mà cứ im như thế rất lâu. Sau, mẹ tôi trở lại câu chuyện rẫy bái. Hỏi có đủ nước tưới cho đám cây mới trồng hay không và bắt tôi tả lại tỉ mỉ những gì anh em chúng tôi đang làm. Nhưng nửa chừng câu chuyện, bỗng bất chợt có tiếng mẹ tôi thở dài. Tiếng thở dài nghe sâu nặng đến nhói cả lồng ngực. Tiếng thở dài như có thể xé được cả lòng ra. Tôi thật đã bàng hoàng đến không biết nên phản ứng như thế nào, kể lể thêm điều gì. Những câu nói không đâu vào đâu, không ăn nhập gì với nhau bỗng tuôn ra. Tôi nhớ cuối cùng tôi đã nói, hương cau thơm mẹ nhỉ.

Tối hôm ấy, mẹ tôi không trả lời ngay. Bà giữ sự im lặng rất lâu khiến tôi không dám quay lại phía sau, dẫu đoán chắc mẹ cũng đang ngước nhìn khoảnh trời trước mặt. Sau này, tôi vẫn cứ tự hỏi không biết ánh trăng vàng và hình ảnh những đọt cau mẹ tôi từng rất thích có đang ở trong tầm mắt bà hay không. Hôm ấy, mãi, mẹ tôi mới nói, ừ, hương cau thơm, và trở gót xuống nhà.

Tôi đã lặng ngồi, đưa tay ôm vòng quanh cổ, ngước nhìn mảnh trăng ẩn hiện giữa đám lá mận lắt lay chao động. Nhưng chừng như tôi không thấy trăng vàng. Những vết chai trong lòng bàn tay khiến vùng da thịt tôi ran rát. Cách đấy vài hôm, tôi đã nhìn thấy gót chân mình bắt đầu không còn hồng nữa. Tôi nhớ đến cái vóc dáng ngày càng mỏng mảnh, hao gầy của mẹ, không cần suy đoán cũng biết mẹ tôi không chỉ sợ tương lai tôi mờ mịt đen tối tương tự như bao nhiêu người đàn bà miền nam thời buổi ấy, mà bà còn sợ hãi một viễn ảnh buồn trên cuộc đời của chính tôi.

oOo

Cái thành phố tôi trở lại nhiều lần. Vào những tháng nắng. Những tháng mưa. Và cả những tháng tuyết đổ não nề.

Cái thành phố thuộc về một tiểu bang không đô hội, không rộn rịp. Nhiều đêm thao thức, nằm nghe tiếng còi tàu về ga, ngậm ngùi nhớ lại những tháng năm sống ở cái thị trấn đất đỏ miền đông heo hút, cũng tiếng còi tàu đêm đêm làm trở trăn giấc ngủ vốn đã rất muộn, nước mắt tôi chỉ muốn lăn dài. Những tháng năm, người không ra người, ma không ra ma, khởi đầu bằng cuộc hôn nhân đầy bất trắc, tôi vật vờ kéo lê đời mình đi giữa một xã hội đen đúa, tối ám, bao nhiêu ước mơ thời thơ ấu, bao nhiêu mộng tưởng ngỡ sắp nằm trong tầm tay bỗng bị những nhát chém tàn nhẫn bổ xuống tan nát. Có lúc vùng vẫy mãi không biết tìm đâu ra lối thoát cho mình, cái ước ao có chén cơm trắng, hay những thứ khác hơn bắp đậu đã không còn ám ảnh tôi nữa, bởi tôi làm ra được tiền, nuôi sống được cả nhà, nhưng một thứ ước ao khác, khốn nạn hơn, cay nghiệt hơn cứ tìm đến với tôi. Tôi ước ao đời tôi sẽ kết liễu sớm bằng một cách nào đó.

Mà cách nào... Tôi còn mẹ. Và tôi còn có con. Ba mươi tuổi, tôi buồn bã làm thơ, cái thị trấn đi nửa ngày là hết. Nên khi về em sống rất chênh vênh. Nửa đời người mang một trời phiến loạn. Lại đành lòng trong xó tối không tên... Những bài thơ thuở ấy làm ra, tôi biết là không hay, cũng chẳng có ý tưởng gì mới mẻ, nhưng chúng cưu mang nỗi lòng tôi, trìu trịu cõng những tâm tư nặng nề u ám của tôi. Lúc ba tôi mất, chồng tôi vượt biên ra nước ngoài, tôi khăn gói quay về ở với mẹ và em gái. Anh và các em trai tôi đi làm, đi học xa, tôi cáng đáng kinh tế trong gia đình, ngày ngày cắm đầu cắm cổ làm việc, chiều chiều ra võng nằm ru con như đong đưa cho hết cuộc đời. Không nói ra, nhưng tôi hận đời, hận người. Và tôi hận chính mình. Tôi hận sự ngu xuẩn, hận tình yêu tôi đã dành cho kẻ tôi từng gửi trao cuộc đời và từng muốn sống chết cho kẻ ấy.

Tôi hiểu sự lãng mạn và mơ mộng đã đẩy tôi vào tử lộ. Nhưng điều buồn hơn là khi sống giữa đời khốn nạn, giữa xã hội tăm tối ấy, tự tôi, tôi gây ra thêm thương tích, đoạn trường cho chính mình, vậy mà trong tâm trạng u uất, bất mãn, tôi đã sống như một xác chết. Tôi không biết khóc nhưng cũng chẳng hề có nụ cười. Những gì vẫn thường trao đổi, những cảm xúc vẫn bộc lộ khi chuyện trò cùng mẹ, bỗng trở nên xa lạ. Tôi dửng dưng hết mọi sự. Chẳng bao giờ hé răng nói với mẹ rằng tôi vẫn còn làm thơ. Hơn vậy nữa, mỗi khi mẹ nhắc đến thơ, tôi cứ như không biết mẹ muốn nói gì.

Tôi đã sống, và đã qua những đoạn đời thật hết sức kỳ quặc nơi ấy, rồi sau đó lại trải qua những đoạn đời khác, kỳ quặc hơn ở nhiều lục địa. Đôi lúc tôi đã tự hỏi trái tim có còn ở bên trái lồng ngực mình hay không. Đôi khi dường như tôi không là tôi, cho dẫu thật sự hoàn toàn chẳng biết một "tôi" là phải như thế nào.

Đi giữa giòng đời, ngày thường đã là ngày tăm tối, năm là những năm không thể làm thơ. Đêm là những đêm không hề nằm mơ. Mười tám tuổi tôi nhìn thấy vũ trụ chật hẹp, ba mươi tuổi nhìn thấy điểm cuối cuộc đời ở ngay đàng trước mặt, lầm lũi bước đi thêm vì không thể dừng lại được, gần như không bao giờ tôi ngước nhìn lên, không bao giờ rảo mắt sang hai bên, cũng không ngó về phía trước và chẳng hề ngoảnh lại

HOÀNG NGA

phía sau lưng. Cuộc đời trôi cứ trôi, tôi cứ sống không định mệnh, không số phần, không tương lai, không thay đổi.

Cái thành phố thật xa những nơi tôi sống và làm việc. Có khi từ phi trường về nhà, tuyết ngập đường, mưa bay ướt mặt, gió lạnh cắt da, và nơi đây buồn, nơi kia buồn, nhưng tôi trở đi trở lại. Hân hoan trở lại. Chỉ vì con tôi đang sống ở đó. Tôi trở lại, đi xuống đi lên, đi ra đi vào, chẳng làm chuyện gì to lớn, giúp con đan cái áo, nấu bữa cơm chiều, hái ngọn rau ngoài vườn. Vậy đó, mà tôi vui. Vậy đó mà tôi hạnh phúc.

Nên cũng vậy đó, mà một hôm đứng tựa cửa nhìn hoàng hôn xuống vàng bên kia thung lũng, tôi bỗng sực nhớ đến câu ca dao cũ rích, chiều chiều ra đứng ngõ sau... Tôi đã lặng người. Nước mắt chợt lưng tròng. Trong tôi hình ảnh cái huyện ly buồn tênh hiện ra. Nắng đổ. Và mưa bay. Tôi nhìn thấy mẹ tôi hắt hiu một bóng. Võ vàng. Sực nhớ lời mẹ vẫn bảo, nếu sống buồn quá, thì về với mẹ.

Về với mẹ. Lãng tử hồi đầu. Nước mắt tôi rơi xuống khỏi mi. Sống một mình như thế này, lẽ ra tôi phải hồi đầu. Lẽ ra tôi đã nên trở về với mẹ.

Tôi nhìn về phía chân trời, nhớ đến nụ cười của mẹ. Hồi đầu, hồi đầu. Tôi gọi tôi. Không lẽ tôi hồi đầu bằng những giọt lệ, và bằng đôi bàn tay chở chuyên những xót xa...

Tôi gọi mẹ. Mẹ ơi. Mẹ ơi. Mà mẹ tôi thì ở tận bên kia bờ đại dương.

Sioux Falls, 15.9

■

CON ĐƯỜNG NÀO CŨNG NGẮN

Con đường dài hun hút. Từ miền nam nước Đức, qua đến một cái thành phố nhỏ nằm ở miền trung nước Mỹ, là mất gần trọn một ngày. Cái tiểu bang, khi nhắc đến tên, thường tôi phải nhắc luôn cả ngọn núi có khắc hình bốn vị tổng thống của Hoa Kỳ người nghe mới có thể nghĩ ra được nó nằm ở nơi nào. Nhưng tôi nghĩ chắc chính tôi cũng sẽ không bao giờ để mắt đến nơi ấy, không cần biết nó đẹp hay xấu, lớn hay nhỏ, ở đâu, có bao nhiêu đồng hương đang sinh sống…; nếu như con gái tôi đã không rời bỏ Âu châu, không chọn lựa nó là chốn để dừng chân.

Hằng ngày có đôi khi người ta ghét, thương; có hay không có cảm tình với một người, một chốn nào đó mà hoàn toàn không hiểu tại sao mình thương, ghét như vậy. Như tôi chẳng hạn. Trước khi đến Hoa Kỳ, thì rõ ràng là cái đất nước này, người dân xứ này hoàn toàn chẳng "đụng chạm" gì đến tôi, nếu không muốn nói là ba mẹ và em út tôi còn phải mang ơn những bác sĩ thuộc hội truyền giáo Tin Lành Hoa Kỳ đã cứu em trai tôi khỏi một cơn bịnh hiểm nghèo nữa là khác. Trong thời gian chiến tranh, gia đình và tộc họ tôi cũng không bị một tổn thương nào do quân đội đồng minh đóng tại Việt Nam gây ra. Vậy mà một cách rất quái đản và vô căn cứ, tôi đã không thích nước Mỹ, xã hội Mỹ, người Mỹ. Quái đản hơn là tôi chẳng am hiểu, chẳng có chút kiến thức căn bản nào về chính trị, đường lối đối nội đối ngoại của chính phủ xứ sở này, nhưng cứ hễ nghe tới Mỹ thì lại thấy trong lòng có cái gì đó không thiện cảm bỗng hiện ra. Mà lần này còn "kinh khủng" hơn nữa, là nước Mỹ đã "giành" mất con tôi.

Lần đầu tiên đặt chân tới South Dakota giữa cái lành lạnh ngày đầu thu, nhìn giòng thác đổ về con sông lờ lững nước của cái thành phố con tôi sẽ sống, tôi đã buồn bã đặt tên nơi ấy là thành phố thác đổ. Phải, thành phố thác đổ. Thác đổ như lòng tôi thác đổ. Thác đổ như lòng tôi ngậm ngùi.

Những tháng năm tôi làm con sáo sang sông, đi xa chưa đầy ba mươi cây số đường chim bay mà ba mẹ tôi những tưởng đã nghìn trùng. Mấy mươi năm sau đọc câu ca dao, *chồng gần không lấy đi lấy chồng xa. Mai sau cha yếu mẹ già. Chén cơm đôi đũa kỷ trà ai bưng...,* cái dáng mẹ tôi đứng tựa cửa ngó theo vẫn còn làm tôi khóc. Hôm con tôi đi, đoạn đường mười mấy giờ đồng hồ bay vượt đại tây dương khiến tôi như đang hụt chân rơi xuống nước. Cái cảm giác cạn hơi và sắp chết đuối lẩn quẩn mãi, không cách gì đuổi ra được khỏi trí tôi.

Trước đêm giã từ, vài đứa bạn thân của con bé đến nhà ăn tối, uống vài ly rượu với nhau. Nói là rượu mừng, nhưng dường như bạn bè của con bé cũng không thấy mừng, không thấy vui như tôi. Có đứa còn đùa, bảo sẽ không bao giờ thèm đi du lịch ở Mỹ vì nước Mỹ đã giật con bé ra khỏi chúng tôi. Ngày hôm sau vào phi trường, tôi và mấy đứa nhỏ cứ đứng chôn chân ở phòng chờ, mãi cho đến lúc một đứa thở dài bảo chắc là con bé đã lên máy bay, mấy cô cháu mới chia tay nhau ra về. Và tôi đã về trong một trạng thái bần thần, thảm hại. Ngồi trên xe lửa, tôi sững người ngó những hàng thông xanh vun vút chạy lùi về phía sau. Thấy dường như chính mình cũng đang lùi về phía sau. Ruột gan tôi đau thắt. Thấp thoáng đâu đó những căn nhà ngói đỏ ẩn hiện sau cánh rừng dương gợi lên trong ký ức tôi cái ước mơ của con bé, về một cuộc sống an bình sau khi xong đại học. Hai mẹ con tôi đã dự định sẽ mua một căn nhà gần bờ suối. Con bé đã bảo để cho tôi có chỗ yên tĩnh viết lách, vào mùa hè thì có thể ngắm cảnh để vẽ tranh. Còn bảo nếu có phải đi làm hoặc có gia đình ở đâu xa lắm, cũng chỉ xa tôi chừng vài ba cây số để còn có thể về nhà mẹ ăn sáng, ăn trưa vào cuối tuần...

Tôi chảy nước mắt, và khóc não nề trên xe lửa mặc kệ người chung quanh nhìn ngó. Từng đoạn đời hai mẹ con trải qua, từ những ngày chân ướt chân ráo rời quê nhà sang Úc, đến những ngày vừa mới qua sống ở Âu châu hiện ra trong trí tôi như những thước phim trên màn ảnh. Tôi bàng hoàng, tưởng như vừa mới hôm qua, cùng với con bé đến trường Đức ngữ, cùng sinh hoạt ở nhà thờ, cùng xuống phố sắm áo sắm quần, đi ăn tối, đi ciné...

Thật cứ như hôm qua. Tôi gục đầu xuống hai bàn tay để vòng lên gối khóc nức nở. Đầu óc tôi trống rỗng, không muốn nghĩ ngợi đến bất cứ điều gì ngoại trừ những kỷ niệm với con. Bình thường, để thoát khỏi những tư tưởng bi quan trong hoàn cảnh buồn bã hoặc khó khăn, tôi vẫn cầu nguyện, nhưng tôi nhớ hôm ấy dường như tôi đã quên mất Chúa của mình. Tôi đã khổ sở khóc lóc như vậy cả tiếng đồng hồ trên xe lửa. Đã thảm thương như một người mất của. Mãi cho đến lúc không hiểu vì lý do nào, tôi chợt nhớ đến câu Kinh Thánh "bởi vậy cho nên người nam sẽ lìa bỏ cha mẹ mà kết hợp với vợ mình", tôi mới bừng tỉnh. Tôi nhận ra chính mình cũng đã bỏ mẹ nghìn nghìn cây số để tìm kiếm hạnh phúc riêng. Dần dà, tâm tư tôi như lắng dịu xuống. Tôi tự an ủi, thế nào rồi mọi điều cũng sẽ qua, thế nào rồi cũng phải quen dần với hoàn cảnh mới.

Tuy nhiên thật không ngờ nói vậy, nghĩ vậy, nhủ lòng như vậy, mà khi về đến nhà, bước lên những bậc thang sâu rộng, nghe gót chân mình vang ra những bước thật lẻ loi, cô quạnh, nước mắt tôi bỗng lại lăn dài xuống má. Tôi xót xa thấy mình thật đơn độc. Thế giới chung quanh tôi dường như xám sẫm đi. Tôi chạy ào vào nhà, mở vội cửa phòng rồi đứng lặng nhìn khung cửa sổ, nơi con bé vẫn thường ngồi vắt vẻo nhìn xuống đường chờ tôi về ăn trưa mỗi ngày. Hai bàn tay tôi nắm chặt vào với nhau, tôi gọi, bé ơi, bé ơi. Y như những ngày con tôi còn thơ dại.

Những đêm khuya sau đó, tôi chong đèn ngồi nhìn vào bóng tối, mường tượng ra những điều không lấy gì làm lạc quan về chuyện con tôi đang làm và đang chiến đấu với cuộc sống ở xứ lạ quê người. Tôi xót xa ruột gan như không còn sức lực. Bạn bè tôi an ủi, bảo con bé đã trưởng thành thì phải như giòng nước xuôi về biển lớn chẳng thể nào ở mãi bên cạnh mình. Tôi đã đáp lại, đành là thế nhưng nếu có xa thì chỉ xa một đôi thành phố, xa một vài tiếng đồng hồ lái xe, một đoạn đường nào đó, chứ không thể nào là một đại dương, một lục địa... Không thể nào tít xa. Ngút xa. Hun hút ngàn trùng. Đến vậy.

oOo

Con gái tôi rời Đức quốc với cái visa được bảo lãnh theo diện hôn thê vào Hoa Kỳ. Chúng tôi có quốc tịch Úc, lại có thường trú ở Đức vì tôi làm việc tại đất nước này, nên khi muốn đi Mỹ, thì chỉ cần chạy ra văn phòng du lịch đặt vé rồi chờ đến ngày lên máy bay. Chẳng thủ tục hành chánh cũng chẳng cần thị thực nhập cảnh gì cả. Những năm về sau có chút thay đổi với chương trình Visa Waiver, thì cũng chỉ việc vào internet, điền vài tin tức cá nhân rồi đóng hai mươi đồng lệ phí là có thể ở Hoa Kỳ trong vòng chín mươi ngày. Vậy mà sau khi nộp hồ sơ, làm đủ loại thủ tục, chờ gần cả hai năm trời con tôi mới được đi phỏng vấn, vài tuần sau đó được cấp một chiếu khán vào Hoa Kỳ mà cũng chỉ là ba tháng! Chưa kể ngoài ra con bé còn phải tuân thủ thêm một điều kiện, là thị thực nhập cảnh sẽ mất hiệu lực nếu không chính thức kết hôn với người bảo lãnh trong chín mươi ngày ấy.

Tôi buồn như không còn điều gì có thể buồn hơn. Với giấy tờ cá nhân hợp pháp và điều kiện công ăn việc làm đang có, chúng tôi không phải là những người cần "đào tị" sang Mỹ để sống. Ngôn ngữ cùng cuộc sống ở cả hai nơi, Úc lẫn Đức đều không hề gây khó khăn, cản trở gì cho chúng tôi khiến tôi chua xót. Tôi cay đắng nghĩ thầm, nếu không vì tình yêu, thì con tôi đâu cần phải đến một thành phố buồn tẻ, hiu quạnh, có đi máy bay cũng phải đổi mấy chặng đường như thế!

Ngày cưới con bé, tôi như đang ở trên mây, bềnh bồng theo nghĩa đen trong mười mấy tiếng đồng hồ từ Munich qua đến Chicago, lòng đau đáu những nỗi buồn không biết tỏ cùng ai. Suốt chặng đường, tôi thẫn thờ nhìn ra ngoài khung cửa sổ chập chùng những đám mây trắng, tự hỏi không lẽ từ đây cho đến cuối đời tôi cứ phải đi tới đi lui, sầu não trên những chuyến bay vạn dặm như thế này để gặp được con hay chăng. Tôi chán chường đến độ không nghĩ cả tới chuyện sẽ làm gì trong ngày cưới của con, huống gì là làm sui gia, làm mẹ vợ.

Sioux Falls những ngày đầu thu khi tôi đến, trời mưa dầm từ sáng sớm đến chiều tối y hệt những cơn mưa xứ Huế quê nội tôi. Ở đấy không có những cây sầu đông mà lòng tôi cũng đã thừa nỗi sầu. Ngày ngày khi con tôi bận bịu túi bụi để chuẩn bị cho lễ cưới và những điều phải sắp xếp cho tương lai, thì tôi ngồi buồn bã bên cửa sổ, nhìn ra ngoài trời mưa bay, thỉnh thoảng bật truyền hình lên xem đến bao giờ thì hết bão. Cái căn phòng của con tôi thuê trong thời gian chưa chính thức là dâu nhà người, nhỏ như một cái lỗ mũi, chỉ kê đủ một chiếc giường, một bàn viết vừa vặn đặt một chiếc TV lên bên trên. Bếp thì xử dụng chung với người chủ nhà. Suốt những ngày ở đó, tôi không muốn trở dậy nướng một miếng bánh mì, ăn một tô mì gói. Lâu lâu con bé gọi điện thoại về hỏi tôi có thích ra ngoài, thích đi ăn không. Tôi trả lời không.

Tôi "không" với tất cả mọi thứ. Tôi từ chối đi bất cứ chỗ nào trên cái đất nước tôi vẫn nghĩ đã bứt con tôi ra khỏi đời sống mình. Bạn tôi, những người bạn văn nghệ dễ thương ở Cali gọi điện thoại thăm hỏi, tôi chỉ ậm ừ trả lời. Nhát gừng. Không hứa hẹn sẽ đi xa thêm một đoạn để thăm viếng, như thể chính họ cũng đã... xúi con tôi rời xa mình.

Tôi u ám thê lương như vậy cho đến lúc dẫu muốn dẫu không thì ngày cưới con tôi cuối cùng cũng phải đến. Tôi đi dự lễ bridal shower do người cô chồng của con bé tổ chức mà không hiểu và không biết sẽ làm gì, bởi tục lệ này không thịnh hành ở Đức. Ở đó, trước ngày cưới, họ hàng và bạn bè của cô dâu chú rể sẽ tụ lại ăn uống với nhau rồi thu thập chén bát lọ chai hoặc những đồ thủy tinh, sành sứ, thường là chén bát đồ sành sứ cũ, mang ra đập và bắt cô dâu và chú rể dọn dẹp "hiện trường" lại cho sạch sẽ. Tiếng chén bát, sành sứ vỡ càng lớn, càng rõ, thì người ta sẽ cho đó là niềm hạnh phúc mà gia đình mới sẽ được hưởng trong tương lai. Không biết có phải vì dỗi hay không, mà tôi cứ nghĩ cái không khí "tiền đám cưới" ở tại Đức thật vui, thật ý nghĩa, chứ không cô dâu một nơi tại "bridal shower" chú rể một nơi khác ở "bachelor party" như Mỹ!

Tôi đã dự bridal shower của con gái mình hệt một người khách lạ bị buộc đến một đám tiệc mình không thích. Suốt buổi chiều hôm ấy, tôi ngồi ủ rũ trong một góc phòng, đến nỗi có người hỏi con tôi rằng tôi có nói được tiếng Anh hay không. Nhiều người khác biết chút đỉnh tiếng Đức đã đến chào hỏi tôi như thể để cho tôi đỡ lạc lõng. Không ai biết tôi buồn bã đến nẫu người khi thấy đám cưới con mình diễn ra tại nơi mà gia đình và bè bạn thân quen của tôi không thể tới dự được như thế. Không ai hiểu hai mẹ con tôi vốn sinh hoạt trong nhà thờ đã lâu, tôi vẫn luôn cầu nguyện và mơ ước con bé sẽ có được một cái đám cưới không cần phải lộng lẫy sang trọng mà chỉ cần đầm ấm, vui vẻ với bạn bè trong nhà thờ. Chúng tôi vẫn thường nói với nhau, người làm lễ cưới cho con bé sẽ là thầy truyền đạo quản nhiệm Hội Thánh, nơi chúng tôi gắn bó nhiều năm. Vậy mà chỉ vì con tôi đến Mỹ trong thời gian quá ngắn, chưa quen lễ lạy ở một nơi nào nhất định hướng gì là trở thành một thành viên của nhà thờ, lại không thể sắp xếp được lịch hẹn học giáo lý hôn phối, nên đám cưới đã không thể cử hành ở thánh đường, cũng không thể làm trễ hơn vì điều kiện của cái visa quái ác kia.

Tôi đã có cảm giác không gần gũi, không thể hòa lòng theo bài giảng, cũng không thấy xúc động cho mấy với lời chúc phước của vị mục sư được mời tới làm lễ cưới. Sầu nối sầu, tôi giống như kẻ không chỉ bị mất mát, bị tước đoạt, mà còn là khánh tận. Brankrupt, sụp đổ hoàn toàn. Đã vậy bên đàng gái, ngoại trừ tôi ra thì chỉ có một người bạn thân của tôi đến từ miền nam đất nước này. Cô em tôi sống ở Arizona, đã chuẩn bị sẵn sàng để bay sang dự đám cưới cháu, nhưng đến giờ cuối cùng đã phải hủy bỏ vì hôm ấy là ngày em tôi đi nhập quốc tịch!

Mọi thứ cứ như chỉ muốn đẩy tôi lùi xa ra khỏi cái đất nước con tôi sẽ sống. Thời tiết miền trung nước Mỹ vào tháng chín năm ấy còn thảm sầu ai oán vì mưa dầm và bão lớn. Đất trời thê lương với bầu không khí ẩm ướt, mây mù đen, và gió rít từng cơn. Mỗi ngày, khi vừa mở mắt thức dậy là tôi vội vã bật truyền hình lên coi dự báo thời tiết như thế nào, để sau đó rũ rượi như một con mèo ốm suốt thời gian còn lại. Dường như cả tuần lễ, tôi không hề thấy cái "icon" mặt trời với một cụm mây mờ, biểu tượng cho trời nắng nhẹ huống gì là nắng đẹp hiện ra trên màn hình. Những khu vực chung quanh thành phố này càng thảm thương hơn, mưa nhiều hơn, gió nhiều hơn và bão lớn hơn!

Tôi đã chôn chân trong nhà như một bà già hết hơi cho đến hôm con bé cần tôi theo ra tiệm hoa. Ngỡ "cái gì ở Mỹ cũng rẻ" như bạn bè và nhiều người quen từng nói, bất ngờ nghe giá tiền một cái bouquet không lớn lắm cho cô dâu, cộng thêm một bình hoa tôi muốn cắm ở tiền sảnh mà đắt gấp đôi, gấp ba lần nơi tôi đang sinh sống, tôi bàng hoàng kinh ngạc. Con tôi bảo:

- Mỹ có rất nhiều điều rất khác với Đức, mẹ ạ. Cũng khác cả Úc. Chẳng hạn như ở đây, vào siêu thị thì mẹ sẽ được phục vụ tốt gấp nhiều lần hơn chứ không như ở Đức nói riêng, Âu châu nói chung là chỉ khách đi ăn nhà hàng mới được kể là "vua". Lý do là vì cái cách nhìn của người Mỹ rất thực tế, họ thấy hằng ngày ai ai cũng phải đi chợ, cũng phải tới siêu thị mua rau quả, thịt thà, bánh trái và những đồ gia dụng khác, trong khi chuyện đi nhà hàng có thể là chuyện năm khi mười họa. Nhiều người cả năm không ăn ở nhà hàng ngày nào, cuộc sống cũng vẫn không bị ảnh hưởng, thay đổi gì hết...

Con bé cười:

- Nên do đó đi chợ ở Mỹ sẽ được tiếp đón vui vẻ, nồng nhiệt và thân thiết, tương đương như vào nhà hàng. Chẳng như ở Đức, khách hàng rất hiếm khi được đối đãi tử tế, nói gì đến chuyện được hỏi han, cám ơn cám iếc... Con nhớ mình đã chứng kiến nhiều cảnh khách hàng bị nạt nộ, bị gắt gỏng khi có nhu cầu, thắc mắc hay khiếu nại một điều gì đó với nhân viên siêu thị, cửa hàng ở tại Đức. Nhiều khi nhân viên còn không muốn nhìn mặt khách, y như khách là người mang tai họa tới cho họ vậy. Thiên hạ thường nói là người Đức kỳ thị, nhưng mẹ con mình từng bảo là họ cũng lạnh lẽo, khó chịu, cũng không gần gũi, không thân mật với chính người của họ. Chuyện cau có, sẵn sàng gây sự hoàn toàn không... "ưu tiên" cho dân khác màu da ở Đức!

Cuối cùng con bé kết luận:

- Hoa là thứ có cũng được không cũng chẳng sao trong đời sống hàng ngày, nên nếu giá cả của hoa mà đắt một chút ở Mỹ, con vẫn thấy là hoàn toàn hợp lý. Y như thuốc lá, rượu và mỹ phẩm, những đồ dùng xa xỉ luôn luôn bị đánh thuế rất cao ở Úc vậy.

Sau đó con tôi đã hỏi một câu mà tôi không biết trả lời như thế nào, "mẹ không thấy dễ chịu khi thức ăn ở Mỹ rẻ, xăng ở Mỹ rẻ hơn ở Âu châu hay sao?". Con bé bảo rất thích lối sống không câu nệ của người Mỹ.

- Ở Mỹ, chỉ cần gặp gỡ lần đầu tiên ở văn phòng, bịnh viện, nhà hàng vân vân, hoặc chỉ vừa mới quen biết là đã có thể thân mật gọi nhau bằng tên riêng, first name, mà chẳng cần phải thêm Mr., Mrs. gì cả. Và điều đó không có nghĩa là bởi tiếng Anh không có những đại danh từ xưng hô phân chia thứ tự "mày", "ông" trong tiếng Việt, như "du", "Sie" trong tiếng Đức, hoặc "tu", "Vous" trong tiếng Pháp. Mà là vì tính cách của người Mỹ dễ gần gũi. Cùng nói tiếng Anh đó thôi, nhưng mẹ thấy người Anh không giống như vậy, phải không?

Tôi làm thinh. Sau cùng con tôi đề cập đến một điều mà cả thế giới đều biết:

- Ở Mỹ, ai cũng có thể có giấc mơ Mỹ, cũng có thể thực hiện ước muốn của mình nếu như có tài năng, sức lực và ý chí. Xã hội Mỹ cho phép bất cứ công dân nào cũng có cơ hội để vươn lên, khiến ước mơ mình trở thành sự thật.

Hai mẹ con tôi từng sống ở nhiều nước, đi nhiều nơi, sự thiên vị "quê hương mình là đẹp hơn cả" dường như không có trong suy nghĩ của chúng tôi. Ở đâu, bất cứ nước nào, xứ nào chúng tôi cũng đều thấy có vẻ đẹp riêng, có cái hay riêng. Những điều mà con tôi đã "biện hộ" cho đất nước Mỹ, xã hội Mỹ và con người Mỹ, có thể vì đã thấy nhiều người quan niệm sai lạc về Mỹ. Và cũng có thể vì thấy chính bản thân tôi có những cái nhìn không đúng lắm về nơi này.

oOo

Tôi hoàn toàn không để ý, cũng không quan tâm tại sao mình đã có thành kiến về nước Mỹ, người Mỹ mà chính người Mỹ lại... biết điều đó. Cho đến lúc người đàn ông có khuôn mặt thật phúc hậu, ánh mắt thật hiền lành và nụ cười dịu dàng luôn nở trên môi, nói với tôi:

- Phần lớn người dân xứ cô không thích chúng tôi.

Tôi bối rối nhìn ra khoảng sân rộng xanh ngắt cỏ, thỉnh thoảng có dăm chú sóc, đôi ba con thỏ bất chợt thoáng hiện ra rồi lại vụt chạy mất, rồi lại nhìn những đốm nắng ngọt ngào soi rọi xuống chỗ mình đang ngồi trên hàng hiên, mà không biết đáp trả thế nào. Cái không khí ấm áp, thanh bình sau những ngày mưa dầm dề của thành phố này đã khiến lòng tôi nhẹ nhàng thanh thản, và lần đầu tiên trong trí tôi chợt lóe lên câu hỏi, tại sao mình lại không thích xứ sở này nhỉ. Giọng người đàn ông nhỏ nhẹ bên tai tôi:

- Tôi đến Việt Nam vào năm chỉ vừa hơn hai mươi tuổi, vừa mới có người yêu, mới được kể là người lớn và đang chập chững những bước chân non dại vào đời. Tôi sinh ra và trưởng thành ở cái thành phố bé nhỏ hiền hòa này, nơi không có những ầm ĩ biểu tình chống đối chính phủ, chống đối chiến tranh... Có thể nói cho đến lúc ấy tôi vẫn chưa hề đặt ra một câu hỏi cho mình về chiến tranh, bởi cuộc sống của tôi đã vô cùng yên bình. Tôi và cô ấy đã hứa với nhau sẽ làm lễ cưới sau khi xong đại học. Cái tương lai của chúng tôi vào thời điểm ấy, thật ra cũng chẳng có gì gọi là lớn lao, nhưng an lành và dễ chịu. Vì vậy khi nhận lịnh nhập ngũ trên tay, cả hai chúng tôi đều bàng hoàng...

Người đàn ông dừng đôi giây, đôi mắt xanh biếc chớp chớp lên vài cái:

- Cuộc đời vốn nhiều bất trắc, có lẽ ai cũng biết vậy, nhưng những bất trắc mà tôi có thể phải gặp ở Việt Nam có một sác xuất quá lớn, có thể làm gãy đổ hết mọi toan tính cho ngày mai nên chúng tôi sợ. Tôi buồn và hoang mang. Thật sự là đã chẳng biết làm gì ngoài việc trông chờ điều duy nhất Chúa có thể ban cho, là tôi sẽ không gửi xác tại quê hương cô.

Tôi ngồi im. Trong trí tôi, hình ảnh buồn bã của những đoàn xe chở lính ra mặt trận, những quan tài phủ màu cờ chạy ngược xuôi trên con đường trước mặt nhà hiện ra. Tôi cũng nhớ đến những thước phim, những hình ảnh người lính Mỹ trên quê hương tôi thỉnh thoảng được chiếu lại trên truyền hình. Tôi tự hỏi không biết trong những khuôn mặt thơ dại, non trẻ ấy, ai là người đàn ông đang kể chuyện cho tôi nghe như thế này:

- Ngày tôi lên đường, trong hành trang có thêm một bài thơ được chép tay của người tôi yêu. Cô có biết tôi đã chảy nước mắt bao nhiêu lần trong những ngày tôi sống tại Việt Nam khi đọc bài thơ ấy hay không? Có thể cô sẽ cười vì một thằng thanh niên hai mươi tuổi mà lại khóc một cách ủy mị như vậy. Nhưng thuở đó không chỉ riêng tôi, mà gần như tất cả đồng đội tôi đều đã khóc. Khóc vì nhớ nhà, nhớ người yêu, nhớ anh chị em, cha mẹ. Rồi lại khóc vì sợ hãi và khóc cho bạn bè đã nằm xuống vĩnh viễn nơi đất lạ...

Bài thơ người đàn ông vừa nhắc, là bài thơ tình yêu, của Kahlil Gibran, có những câu thơ thật nồng nàn, "Khi tình yêu vẫy gọi. Hãy tiến bước theo chàng. Dù đường tình hiểm trở. Đầy dẫy những gian nan. Khi cánh tình ấp ủ. Hãy ngoan ngoãn thuận nhu. Dù lưỡi gươm trong cánh. Hẳn vết chém thiên thu..."(*). Tôi nhớ mình đã đọc "Uyên Ương Gãy Cánh", "Mật Khải" của Gibran do mấy ông anh lớn trong nhà mua về lúc còn trung học, nhưng hoàn toàn chẳng hiểu gì hết. Sau này lớn lên, gặp nhiều trắc trở trong cuộc sống, buồn phiền trong tình yêu, và gánh chịu nhiều chia lìa, tôi mới thấm thía được những lời thơ trên. Con gái tôi bảo:

- Ngày đám hỏi, tụi con đã học thuộc lòng những đoạn thơ tình yêu của vua Salomon từ sách Nhã Ca (Song of the songs) để đọc ở nhà thờ, thì trong ngày cưới của tụi con, mẹ chồng của con sẽ đọc bài thơ của Gibran trích từ quyển "the Prophet". Đây là bài thơ chồng con đã tình cờ chép cho con bằng tiếng Đức trước khi chia tay về lại Hoa Kỳ. Tụi con không ngờ đó là bài thơ kỷ niệm của bố mẹ chồng của con.

Chuyện tình "long distance" của con gái tôi cũng đã gặp nhiều gập ghềnh, cũng phải trải qua những khúc khuỷu thử thách, đến hơn ba năm sau mới chính thức thành hôn. Sau lễ hỏi, con rể tôi đã dọn sang Đức rồi lại dọn về. Ngẫu nhiên, mà bài thơ trở thành như là một "chứng tích", và thành cái gạch nối giữa bốn người. Bố chồng của con tôi nói:

- Có lẽ cô không tưởng tượng được tôi bị chấn động như thế nào khi nghe con tôi bảo đã yêu và sẽ cưới một người con gái Việt Nam. Phải thành thật xin lỗi khi nói ra điều này, là tôi đã phản đối, đã nói "no", nói "làm ơn, đừng" với con tôi. Cho đến tận lúc ấy, tôi vẫn không hề muốn nghe nhắc đến hai chữ Việt Nam, không bao giờ muốn gợi lại những hồi ức xưa, không bao giờ muốn nhớ đến những kỷ niệm đau buồn ngày còn tại ngũ, nên làm sao tôi có thể chấp nhận một cô con dâu người Việt trong gia đình mình... Thật vậy, tôi đã không đồng ý với con tôi.

Tôi im. Nhớ lại chính mình cũng đã từng không muốn có người con rể Mỹ. Cũng đã muốn nói "no" với con tôi nhiều lần, đã thầm cay đắng trong lòng và muốn cản trở con nếu như không vì niềm tin, sợ phạm điều "Thiên Chúa đã kết hợp, loài người không thể phân chia"... Người đàn ông quay sang nhìn tôi và mỉm cười:

- Nhưng sự kỳ diệu của cuộc sống, là khi người ta có được một tình thương yêu đích thực, được đối đãi bằng tình thương ấy, thì mọi uẩn khúc, mọi thành kiến sẽ được biến đổi. Tôi vẫn canh cánh muốn lời nói cám ơn cô vì cô đã "nhường" con gái cô lại cho chúng tôi. Tôi cũng luôn cám ơn thượng đế đã cho tôi có cơ hội để giải tỏa những hình ảnh tăm tối, những kỷ niệm đau buồn của quá khứ ra khỏi trí não mình.

Tôi mỉm cười lại với người bố chồng luôn luôn gọi con dâu mình là "my daughter", con gái. Tôi cũng muốn nói nên lời cám ơn ông vì ông đã xem con tôi như con gái ruột của ông, đã bù đắp cho con bé bằng tình phụ tử rất đầm ấm mà con tôi đã thiếu từ lâu. Những lời của ông nói làm tôi nhớ lại trước lễ cưới con bé chỉ chừng dăm ba tiếng đồng hồ, đang mưa gió buồn bã, sang trưa trời bỗng bừng sáng với những mảng nắng trong vắt như thủy tinh, cái lạnh se sắt trên vai cũng biến đi, và đến đêm hôm ấy trăng lên thật vàng, thật đẹp. Đất trời như thể cũng muốn báo cho tôi nhìn thấy cái phước hạnh đang đuổi theo con mình.

Tôi và bố chồng con bé đã ngồi thêm cho đến tận khi hoàng hôn buông xuống. Ông mang ra cho tôi xem cuốn album chụp hình ông và đồng đội những ngày tham chiến ở Việt Nam. Cuốn album thật cũ mà ông bảo ít khi nào dám mở ra xem lại. Tôi đã lật đi lật lại, nhìn mãi hình ảnh những chàng trai khôi ngô tuấn tú, những khuôn mặt rất trẻ thơ, non dại và trong sáng đứng trước các lô cốt, công sự mà trên miệng vẫn nở ra những nụ cười tươi tắn. Lòng tôi tràn lên nỗi thương tâm. Nét thanh xuân phơi phới của họ khiến tôi bùi ngùi. Tôi mường tượng đến hình ảnh những người mẹ đã phải chia tay con mình, một cái chia tay hoàn toàn không đơn giản, yên lành như tôi từ giã con tôi. Bởi quay trở lại bên họ, có khi chẳng còn là những chàng trai yêu đời ấy nữa, mà là một chiếc hòm kẽm, một vòng hoa tang, một người con không còn nguyên vẹn hình hài...

Nước mắt tôi bất thần chảy xuống. Tràn lên má.

Tự dưng tôi thấy nỗi buồn của mình bé nhỏ lại. Thấy đoạn đường từ Mỹ về Âu châu không còn dài lê thê. Và rồi tôi nghĩ đến hai câu thơ của ông họ của tôi đã làm, "con đường nào cũng ngắn, trừ con đường tình thương".

Tôi nói với tôi. Phải, con đường nào cũng ngắn. Con đường nào cũng có đoạn cuối, con đường nào rồi cũng chấm dứt, chỉ có con đường tình thương là còn mãi, dài đến thiên thu.

(*) *Trích The Prophet, Kahlil Gibran, bản dịch của Phạm Bích Thủy, Hiện Đại, 20/03/1975*

■

tranh Hoàng Nga

HIPPY, HIPPIE,
VÀ MỘT THỜI NHƯ THẾ

Chỉ khoảng hơn một tuần nữa là Paul Mccartney sẽ đến cái thành phố không đông dân nhưng nhiều sinh hoạt nghệ thuật này để trình diễn. Chuyến đi tour của ca sĩ cựu thành viên ban nhạc Beatles, cựu thành viên phong trào Hippie sẽ đến miền trung nước Mỹ, sau đó đi Argentina rồi vòng về Pháp, Tây Ban Nha..., thật ra đã chẳng làm tôi để bụng, nhưng đài truyền hình và radio cứ quảng cáo mỗi ngày, tự dưng tôi cũng đâm ra nhập tâm. Tôi bỗng để ý và nhớ rõ. Sau đó lẩn thẩn vào ra, tôi lại bất chợt nhớ đến nhiều chuyện khác. Chuyện chinh chiến, chuyện hòa bình, chuyện phong trào Hippy thuở trước, và nhớ cả chuyến đi lên núi năm ngoái.

Tháng chín ở Montana không còn những cơn nắng gắt gay rát bỏng dễ gây nên những trận cháy rừng, cũng hết những ngày khô hạn khiến mặt đất nứt nẻ và đồng xơ cỏ úa, dọc đường đi tôi đã ngẩn ngơ trước những phong cảnh tưởng chừng chỉ có trong phim. Băng qua những núi đồi chập chùng, vượt những hàng thông cao sừng sững soi bóng xuống giòng nước, thả mắt trên những thảo nguyên bát ngát xanh mượt mà như nhung, thỉnh thoảng lại nhìn thấy một đàn nai, một vài chú dê rừng lững thững dạo bước hay nhẩn nha, an lành gặm cỏ bên sườn đồi, cũng như được cho biết nếu may mắn, thì có thể nhìn thấy sói xám và gấu bắc cực khi đến gần biên giới Canada..., tôi như bị mê hoặc, thiếu điều muốn dọn về sống luôn ở nơi ấy.

Cái thành phố chúng tôi đến, không lớn lắm, nằm dọc theo giòng sông Clark Fork. Đã cuối mùa hè, nên bầu trời Missoula xanh lơ với những cụm mây trắng mỏng mảnh. Ở đây cũng tương tự như một vài thành phố miền tây bắc Hoa Kỳ, nơi xảy ra những cuộc chiến giành đất đẫm máu giữa những người da trắng đi tìm thuộc địa và các bộ tộc da đỏ -trong đó có nhiều bộ tộc gần như đã bị xóa sạch tên, hoặc còn lại không bao nhiêu người- nên ngày nay chính phủ đã dựng lại nhiều tượng đài, làm nhiều lều trại và xây viện bảo tàng để lưu trữ hình ảnh, vật dụng cùng những di tích văn hóa của các bộ tộc ấy.

Tôi nói đùa với con tôi chắc có lẽ phải gọi đây "thành phố buồn", vì cái nhịp sống trầm trầm, tĩnh lặng, và hiền hòa ở đó giống hệt như Đà Lạt ngày xưa. Nếu để thấy một nước Mỹ ồn ào, hối hả tất bật, thậm chí dữ dội xấu xí, hay băng đảng súng ống, rồi chém giết hỗn độn, vô trật tự... như nhiều người sống ở các châu lục khác vẫn thường mô tả về Hoa Kỳ, thì xem chừng sẽ bị "thất vọng" ở tại thành phố này. Vì Missoula có những chiều vàng êm ả, thanh niên thiếu nữ thong dong đạp xe trên hè phố, có những sáng trời trong vắng như thủy tinh các ông bà cụ nắm tay nhau tản bộ thư thả, có những trưa gió mơn man trẻ con nô đùa trong công viên xanh bóng mát. Nơi ấy còn có những phố xá mang hơi hướm cổ điển, những căn nhà, những khu vườn tĩnh mịch gợi lên sự thanh bình. Và đặc biệt có một ngôi trường đại học tuyệt đẹp, rộng đến gần chín mươi hecta, giáp mặt với giòng sông Clark Fork thơ mộng, và triền núi Sentinel lãng mạn, hữu tình xoai xoãi ở sau lưng.

Nhưng có một điều làm tôi ngạc nhiên là tọa vị tít tắp gần biên giới Canada, không phồn hoa đô thị như những thành phố khác của Hoa Kỳ, càng không náo động rộn ràng, mà nơi ấy lại được đánh giá là một trong mười bảy thành phố tuyệt nhất của dân Hippies. (Arcata, California; Bloomington, Indiana; San Francisco, California; Manitou Springs, Colorado; Berea Kentucky; Oakland, California; Missoula, Montana; Bisbee, Arizona; Austin, Texas; Berkeley, California; Ithaca, New York; Burlington, Vermont; Portland, Oregan; Boulder, Colorado; Ashevile, North Carolina; Olympia, State of Washington; Eugene, Oregan). Khi đến Missoula, bạn có thể tìm thấy rất nhiều cửa hàng bán quần áo, vật dụng, cùng những quán ăn chay được xem như là "phong cách" tiêu biểu của dân hippies. Nhưng đồng thời cũng có thể thấy rất nhiều người... homeless. Tôi còn có thêm chút ngạc nhiên khi nhớ ra cuốn film "River runs through it" dựa trên cuốn tiểu thuyết cùng tên của Norman Macclean được quay ở đó dưới sự đạo diễn của tài tử gạo cội Robert Redford, với các tên tuổi diễn viên nổi tiếng Brad Pitt, Craig Sheffer... Nhiều người cho tôi biết Missoula là một thành phố pha trộn giữa thành thị và nông thôn, là nơi mà cần sa có thể được xử dụng hợp pháp cho người bịnh và rất dễ dàng tìm được hạt giống marijuana. Tôi giễu, có thể vì vậy nên nơi ấy trở thành một chỗ sống lý tưởng cho dân hippies chăng?

Không riêng gì người Mỹ, mà người Việt Nam từng sống ở miền nam trước 75, hẳn không xa lạ với phong trào Hippie qua một số hình ảnh rất dễ nhớ, như thanh niên mặc quần áo bằng vải thô thụng thịnh, hoặc quần jeans, quần tây bó đến ngang gối rồi thả xòe rộng xuống đến gấu, tóc để dài với những dải băng nhiều màu sắc rực rỡ quấn ngang đầu, đeo mắt kính bản lớn, cổ đeo những sợi dây chuyền kết bằng hạt cườm hay hạt đá với logo biểu tượng hòa bình (peace symbol)... Thời trang hippie thường có màu xanh dương tươi tắn (dodger blue, deepsky blue), màu xanh lá cây non, rồi màu vàng, hồng hoặc cam, cam đỏ sặc sỡ, và trên tóc người hippies thường khi cài những đóa hoa vàng hoặc xanh có hình dáng tựa như hoa quỳ hay hoa hướng dương.

Phong trào Hippie đã nổi lên như cồn vào khoảng đầu thập niên sáu mươi tại Hoa Kỳ, rồi đó sau đó lan rộng ra trên toàn thế giới. Washington State

University định nghĩa, "A long-haired 60s flower child was a hippie" và "Hippy is an adjective describing someone with wide hips" để phân biệt hai chữ hippie và hippy, tuy nhiên hầu như cả thế giới đều quen dùng chữ "hippy" hoặc dùng luôn cả hai chữ để mô tả một người hippie. Với những tuyên ngôn "if it feels good, do it" (nếu cảm thấy tốt, hãy làm), "make love, not war" (hãy làm tình, không chiến tranh), The Hippie Movement, phong trào Hippie hay người theo phong trào này, được mô tả là tập hợp những người được mệnh danh yêu chuộng tự do, muốn sống đời phóng khoáng không bị ràng buộc bởi xã hội. Họ cũng được nói đến là những người chống lại vũ khí nguyên tử, có lòng khao khát hòa bình, phản đối chiến tranh, nhất là chiến tranh Việt Nam, và muốn tìm kiếm, khám phá ra một thế giới tâm linh khác biệt với nền tảng Thiên Chúa giáo.

Chống lại lối sống truyền thống, từ chối giá trị của giai cấp trung lưu, phong trào Hippie được xem như là hậu duệ của the Beat Generation -một nhóm trí thức văn nghệ sĩ sáng tác luôn luôn đả phá tính cách ước lệ, kinh điển của nề nếp văn hóa cũ, muốn thay đổi trật tự và lề thói của xã hội, đồng thời cổ vũ, ủng hộ tự do luyến ái và đồng tính luyến ái. So với the Beat Generation thì phong trào Hippie "dữ dội" hơn, mạnh mẽ hơn. Từ phong cách cho đến hoạt động đều vượt trội bậc đàn anh của mình. Nhạc Jazz từ thế hệ Beat sang đến Hippie là Rock, Psychedelic Rock, Acid Rock với những ban nhạc Jefferson Airplane, Big Brother, và sau này the Beatles, Rolling Stones (Anh quốc)... đã làm mưa làm gió một thời thế giới.

Thanh thiếu niên Hoa Kỳ thuở ấy tham gia phong trào Hippie càng lúc càng nhiều. Ngày 14 tháng Giêng năm 1967, với con số dự tính là ba ngàn hippies sẽ đổ về Golden Gate Park ở Cựu Kim Sơn để đón mừng "văn hóa hippie" nhưng cuối cùng đã vượt lên đến hơn ba mươi ngàn người. Và chỉ bằng một lời "hiệu triệu" từ bài hát của nhạc sĩ John Phillip sáng tác năm 1967, "nếu có đến San Francisco, hãy cài hoa lên tóc" (If you're going to San Francisco, be sure to wear some flowers in your hair) hàng nghìn người trẻ cài hoa lên tóc ở thủ đô Hippie để sau đó đã trở thành thời trang toàn cầu. Người ta phỏng tính đã có đến hơn một trăm nghìn thanh thiếu niên hippies tụ tập ở San Francisco, hưởng ứng lời "hiệu triệu" trên và từ ngữ Flower Children, "những đứa con của hoa" gắn liền với họ từ đó.

Cũng dữ dội hơn thế hệ đi trước, thế hệ hippie xử dụng ma túy nhiều hơn, sống thác loạn hơn. Sau này khi nhìn lại, nhiều người đã lấy làm tiếc cho tư tưởng tự do, ý muốn yêu chuộng hòa bình, cách mạng tình dục và thiện chí bảo vệ môi trường sống của phong trào Hippie, chỉ vì phong trào đã tàn lụi và chết hẳn không bao lâu sau khi được khai sinh. Việc lạm dụng ma túy, sự kích động quá đáng, lối sống thác loạn không phương hướng, và một số vấn đề xảy ra quanh những việc này khiến phong trào khó tránh khỏi sự tự diệt.

Bắt đầu sau "Mùa Hè Tình Yêu", Summer of Love, cuối năm 1967 thanh thiếu niên hippies ở vùng Haight-Ashbury đổ ra sống ở đường phố ngày càng đông, trở nên người không nhà không cửa, hoặc thành ăn xin, hoặc tham gia buôn bán ma túy. Suy dinh dưỡng, bệnh tật, nghiện ngập, trộm cắp và cuối cùng dẫn đến phạm pháp thể như một vòng tròn của một số người theo phong trào Hippie. Cũng cuối năm 1967, những người khởi xướng Summer of Love và vô số hippies khác rời khỏi khu vực Haight-Ashbury, nhưng tình trạng không tốt lên chút nào. Vì ở những nơi khác, người hippies đã bắt đầu không tuân thủ luật pháp, bắt đầu làm những việc ảnh hưởng đến chính trị nhiều hơn, như kéo đến lầu năm góc phản đối chiến tranh, đòi có ứng cử viên riêng của mình. Sau khi những vụ bạo động xảy ra liên miên ở những nơi dân hippies tụ họp thì công chúng "chính mạch" (mainstream) đã trở nên phẫn nộ. Chính quyền phải can thiệp khi họ chiếm khuôn viên University of California, biểu tình tại trường đại học Berkeley. Cảnh sát đã phải bắn chết một sinh viên và làm một người khác bị mù vĩnh viễn tại đại học California, rồi một năm sau lại bắn chết thêm bốn sinh viên, trọng thương chín người khác ở Kent State University... Có thể nói đến lúc ấy, phong trào Hippie bắt đầu có dấu hiệu cáo chung. Tuy nhiên phong trào vẫn còn có tiếng nói và lan sang những nước khác như Anh, Úc...

Cho đến tháng mười hai năm 1969, đang lúc ca sĩ Rolling Stones, Crosby Stills, Nash and Young, Jefferson Airplane trình diễn tại Altamont Free với sự có mặt của ba trăm ngàn khán giả thì Meredith Hunter, một thanh niên Mỹ gốc châu Phi mười tám tuổi bị đâm bằng dao găm đến chết. Thảm họa bắt đầu nổi lên, dân hippies trở thành nạn nhân của những băng đảng đầu trọc (skinheads), những kẻ du thủ du thực trên đường phố. Cuối cùng, như một sự tàn lụi không cưỡng được, phong trào xuống dốc hẳn khi một số ca sĩ, nhạc sĩ nổi tiếng như Jimi Hendrix, Janis Joplin và Jim Morrison chết vì dùng ma túy quá liều. Vài năm sau Hippie hoàn toàn tắt ngấm, kể cả ở những quốc gia khác tại Âu châu, hay ở Nhật Bản, Úc, Tân Tây Lan.

Khi đọc về phong trào từng làm đảo lộn và ảnh hưởng rất nhiều đến xã hội, văn hóa cùng âm nhạc, nghệ thuật và thời trang một thuở, tôi vẫn tự hỏi đâu là tư tưởng và suy nghĩ thật của những người lãnh đạo hippie lúc bấy giờ? Vốn sinh sau đẻ muộn, tôi chỉ được nhìn thấy hình ảnh người hippies trên những cuốn tạp chí bằng tiếng Pháp Paris Match thỉnh thoảng ông anh học trường tây của tôi hay đọc, thấy một số thanh niên ăn mặc theo phong cách hippie trên phố và... sự thay đổi đột ngột của chị tôi. Tôi dùng chữ đột ngột, vì chị tôi, từ một cô nữ sinh chỉ biết hai màu áo dài, trắng và xanh dương để đi học và đi nhà thờ lúc còn ở thị xã, độ chừng sau một năm sống ở Sài gòn để chuẩn bị đi du học, khi trở về thăm nhà thì chị hoàn toàn biến như thành một người khác. Chị đeo mắt kiếng mát bảng lớn, tóc xõa lòa xòa hai bên má, mặc áo dài bông hoa sặc sỡ ngắn trên gối, quần tây ống loa, áo thắt ngực, và cổ tòng teng những sợi dây chuyền lớn hết sức thời trang và hết sức... Hippie!

Một sự thay đổi đến ngỡ ngàng. Đến không nhận ra chị là ai. Nhưng tôi lúc ấy còn quá bé để thắc mắc, hay để hỏi chị đã "ngộ" ra được điều gì, đã tìm thấy gì mà dám thay đổi một cách quá sức bất ngờ như vậy. Cũng không biết có phải vì lúc ấy chị sắp sửa được ra nước ngoài, sắp sửa phải hòa nhập vào một cộng đồng khác hẳn quê nhà, nên cố tình... tập tành?

Người theo phong trào Hippie, tôi nghĩ, có thể vì có ước muốn sẽ thay đổi được những định kiến, lề thói cũ của xã hội, hay những ràng buộc của gia đình, trường học, của không gian chung quanh mình, nhưng cũng có thể bị phong trào lôi cuốn vì thấy nó "hay hay", hoặc vì... "à la mode", vì theo bạn theo bè. Tôi không ngợi ca cũng không chê bai, mà khá ngạc nhiên khi đọc một số bài viết về phong trào Hippie, thấy có người cho rằng phong trào này đã ủng hộ chủ nghĩa Mac, lấy Che Guevara làm thần tượng và xem như người hippies lấy lý tưởng chính cho phong trào mình là chủ nghĩa cộng sản.

Như đã nói, tôi không biết nhiều về thế giới của người hippies và phong trào Hippie, nên không rõ họ đã ủng hộ chủ nghĩa cộng sản như thế nào, và người cộng sản có đặt họ ở cùng chung một chiến tuyến hay không, nhưng có thể thấy rất rõ việc họ chống đối chiến tranh Việt Nam trong suốt thập niên sáu mươi và đầu bảy mươi đã góp thêm một tay cho chính sách tuyên truyền của cộng sản. Cũng như góp phần không nhỏ vào việc khiến thế giới cũng như chính người dân Hoa Kỳ có cái nhìn khác về cuộc chiến tại Việt Nam. Khi chiến tranh càng trở nên ác liệt thì những cuộc biểu tình rầm rộ, những ồn ào xuống đường của phong trào Hippie càng nhiều. Gia đình có thân nhân đang chiến đấu tại Việt Nam thời bấy giờ đã trở nên hoang mang, xao động. Nhà báo Laura Leddy Turner cho rằng việc cựu ngoại trưởng Kissinger từng tuyên bố việc quân đội đồng minh rút khỏi Việt Nam phần nào đó là do tác động của phong trào này.

Sự sụp đổ của chính phủ Việt Nam Cộng Hòa và miền nam rơi vào tay cộng sản vào tháng tư năm 75, không thể nói chỉ vì phong trào Hippie phản chiến, nhưng những gì họ làm, rõ ràng chỉ có lợi hoàn toàn cho phía cộng sản. Điều này đã khiến tôi nghĩ đến một phong trào khác tại Tây Đức. Một phong trào ban đầu có tên gọi là Sinh Viên Yêu Nước, sau đó đổi sang thành Sinh Viên Đoàn Kết, và cuối cùng là Việt Kiều yêu nước.

Cuối năm1978, giữa lúc gia đình tôi chỉ còn biết khoai và củ, thì chị tôi trở về từ Munich thăm nhà. Lúc ấy tôi đang là nhân viên hợp đồng không biên chế của công ty thương nghiệp cấp ba của huyện, do quá ngán chuyện đi làm rẫy và do... điếc không sợ súng đã ghi... bừa vào lý lịch là "biết đánh máy", dù thật sự chỉ gõ lóc cóc trên cái máy cổ lỗ xỉ của mẹ tôi bằng hai ngón trỏ. Khi chị tôi về, hai chị em nhìn nhau lạ lẫm mặc dầu chị chỉ rời quê nhà chưa đầy mười năm. Tôi, con bé lúc chị đi chỉ mới học hết tiểu học, bảnh bao sạch sẽ vì có một chị người làm kè kè theo một bên, khi chị tôi về thì đã thành thiếu nữ, đã có bạn trai, và lam lũ như không thể nào lam lũ hơn. Thuở ấy một năm nhà nước phát tem phiếu bốn thước vải cho dân thường, năm thước cho cán bộ công nhân viên, nhưng mặc dầu bốn hay năm gì tôi cũng đưa cho mẹ tôi bán sạch ra chợ trời, vì vậy đi làm tôi mặc quần đen áo bà ba cũ rích, chạy chiếc xe đạp con trai không vành, không đồ chắn sên, không phanh, không thắng, không còn biết nước sơn nguyên thủy là màu gì.

Chị tôi "trở về, nhìn nhau xa lạ". Không còn cũ kỹ áo dài trắng áo dài xanh, cũng không thời trang rất Hippie như lúc ở Sài gon, mà là một người nào đó chẳng dính dáng gì đến cái cõi nhân gian tôi đang sống. Chị trắng trẻo mịn màng, đẹp đẽ, lịch sự, thơm tho và... xa vời. Chị tôi là một Việt kiều yêu nước, "được cho về nước" giữa những năm cả nước đói nghèo, giữa những lúc mẹ tôi quần quật với bầy heo sau vườn, giữa những bữa cơm độn khoai độn sắn anh em tôi chia nhau từng miếng cá khô mặn chát lưỡi, giữa lúc tôi tranh giành từng chút đường, chút bột ngọt ở cơ quan mang về nhà, giữa lúc con em tôi gò lưng lẩy bắp, hai thằng em út lội ruộng lội mương sau những giờ tan học...

Tính cho đến ngày 30/04/75 thì sinh viên du học tại Tây Đức có khoảng độ trên dưới hai ngàn người, gồm những sinh viên được nhận học bổng quốc gia hoặc đi du học tự túc như chị tôi. Phần lớn họ thuộc thành phần trung lưu, con nhà khá giả, nhiều người có bố mẹ là quan chức lớn, con trai con gái của tỉnh trưởng, quận trưởng... Vào những năm đầu của thập niên bảy mươi, sinh viên tại Tây Đức thường sinh hoạt chung với nhau không phân biệt thành phần, giai cấp, tư tưởng. Tuy nhiên chỉ một thời gian ngắn sau, một số sinh viên đã âm thầm đi theo đường lối của những sinh viên đàn anh như Bùi Văn Nam Sơn, hoặc đàn chị như Thái Thị Kim Lan..., là những người theo cộng, thân cộng được móc nối, có mặt tại Tây Đức để làm công tác chiêu dụ sinh viên. Từ những sinh hoạt vui chơi ban đầu họ chuyển qua "học tập", kế đến "phê và tự phê", rồi "kiểm điểm", và vân vân, y hệt như cách tổ chức của đoàn thanh niên cộng sản Việt Nam. Những thành phần này sau đó tách hẳn ra khỏi tổng hội sinh viên Tây Đức, gia nhập vào phong trào "sinh viên yêu nước". Sau tháng tư năm bảy lăm, họ giữ quốc tịch Việt Nam, không xin tị nạn như những sinh viên khác.

Điều khiến tôi nghĩ đến phong trào sinh viên Tây Đức khi viết về Hippie, bởi vì họ cũng chống chiến tranh và chống lại sự có mặt của quân đội đồng minh tại Việt Nam, trước 1975 cũng rầm rộ xuống đường, cũng tổ chức những đêm không ngủ, những cuộc biểu tình chống Mỹ, chống chế độ Việt Nam Cộng Hòa. Năm 1974, khi tổng thống Nguyễn Văn Thiệu viếng thăm Tây Đức, những người sinh viên thân cộng lại biểu ngữ, lại biểu tình và thậm chí còn vất cả cà chua vào phái đoàn ngoại giao. Đến nỗi sau chuyến đi này, tổng thống Thiệu đã ra lịnh cấm chuyển ngân cho du học sinh tại Tây Đức.

Ngày miền Nam mất, phần lớn những sinh viên du học vào khoảng cuối thập niên sáu mươi như chị tôi vẫn chưa xong học trình của mình. Trước, bị cúp chuyển ngân, họ sống bằng tiền gia đình chuyển qua nhiều ngã với giá chợ đen đắt gấp ba, gấp năm lần. Sau tháng Tư, trong khi sinh viên tị nạn cộng sản được trợ cấp của chính phủ Đức, thì thành phần "yêu nước" quyết chí giữ quốc tịch Việt Nam đã rơi vào tình trạng khá chao đảo về tài chánh. Gia đình không còn khả năng để chuyển ngân, không được hưởng phúc lợi xã hội từ chính phủ Đức, cũng không thể đi làm vì chưa ra trường và luật lao động của Đức không cho phép du học sinh làm nhiều giờ, càng không nhờ cậy được bất cứ điều gì từ sứ quán Việt Nam Dân Chủ Cộng Hòa, vậy mà những con người này vẫn "kiên định lập trường", vẫn không chịu nộp đơn xin tị nạn. Và có một điều rất lạ lùng mà họ đã làm, là lại... biểu tình, phản đối chính phủ Đức đã không giúp đỡ.

Cuối cùng, một số cơ quan từ thiện và nhà thờ đã ra tay giải cứu. Vì thế mà những kẻ cương quyết đòi đập tan chế độ tư bản, cương quyết chống quân đội đồng minh, cương quyết không bảo lãnh thân nhân ở quê nhà hoặc đã trốn thoát được đang nằm chờ định cư tại các trại tị nạn; hoàn toàn không bị thiếu ăn, thiếu chỗ ở, hay chịu đói và chịu lạnh tại xứ sở ấy. Hơn thế, họ còn được các cơ quan từ thiện và nhà thờ giúp trả tiền học phí hoặc được các trường đại học miễn một phần.

Mười ba năm về trước khi qua Hoa Kỳ du lịch, tôi đã ghé thăm và mang quà chị tôi tặng vợ chồng một người bạn của chị ở San Jose. Anh đi du học trước chị tôi một năm, ra trường sớm hơn vì không học lên tiến sĩ, và làm việc cho hãng BMW. Hãng xe này đã điều động anh ra nước ngoài theo chương trình cắt giảm nhân sự, là phải chọn một trong hai điều kiện, hoặc nghỉ với một số tiền bồi thường nào đó hoặc chấp nhận "xa nhà". Với lứa tuổi của anh lúc bấy giờ, hưu thì sớm quá, nhưng kiếm ra việc làm khác ở Đức lại quá khó, nên anh đã đồng ý "xa nhà". Lương thấp đi một tí, điều kiện làm việc hơi khó khăn hơn một tí vì phải nói tiếng Anh thay vì tiếng Đức. Tuy nhiên cuối năm thì lại được một khoản tiền thưởng khá lớn do BMW dành cho "người làm việc xa tổ quốc". Anh, cũng như hầu hết các cựu sinh viên đã đổi quốc tịch, trở thành công dân Đức từ cuối thập niên 80.

Nhà anh chị ở gần phố người Việt. Nơi chị bảo có thể chạy vài bước là mua được thức ăn hằng ngày như ở Sài Gòn. Để mời tôi ăn cơm, chị bảo chỉ cần cắm nồi cơm, còn cá kho tộ, rau xào, thịt quay, dưa cà, hằng hà sa số món thì chị mua từ chợ về vẫn còn nóng hổi, thơm phức. Chị giễu bảo sống ở xứ này chỉ cần "dung" và "hạnh" là đủ, vì chưa quen mấy ai nên chưa cần tập tành, chỉnh sửa chữ "ngôn", còn riêng "công" thì đã có... Lion Plaza food court đứng ra bảo đảm cho chị rồi!

Chị có vẻ hạnh phúc với căn nhà với khoảng sân nhỏ trồng hai cây thông trái lớn, và một dãy hoa hồng tỉ muội ven rào trị giá khoảng hơn nửa triệu đô la thời bấy giờ, mặc dầu vẫn vờ than thở, bảo rời khỏi Munich, đến ở một chỗ mà nhà cửa cũng đắt đỏ không kém, nên rốt cuộc vẫn phải sống chật chội. Tôi trêu chị nên đọc Kinh Lạy Cha, "xin Chúa cho chúng con thức ăn hằng ngày đủ dùng" để thấy mình luôn luôn được hưởng phước lớn.

Nhà văn Lưu Hải Sơn, cũng ở Đức, đã viết câu truyện cổ tích mới, kể chuyện một con chim sẻ tìm được một quả trứng rơi, bèn làm tổ như chúng bạn để ấp. Quả trứng rất đẹp, hứa hẹn một chú chim non xinh xắn sẽ ra đời, khiến bạn nó có khi cũng phải ganh tị. Một thời gian sau, con cái của bạn nó sau khi rời khỏi trứng đã bắt đầu biết ăn, rồi chuẩn bị tập bay, mà cái trứng của con chim sẻ vẫn y nguyên không chịu nở. Nó xót ruột lắm. Bạn bè nó cũng lo lắng thăm hỏi. Nhưng thời gian sau vẫn thấy không động tĩnh gì, bạn nó bèn cười, trêu nó "hay là mày đã ấp một cục đá?". Con chim sẻ giận lắm, nó bảo cứ đợi đi, rồi thời gian sẽ trả lời. Nhưng mãi, mãi, rồi mãi, thời gian vẫn không chịu trả lời, không giúp cho con chim sẻ chứng minh cho bạn nó thấy nó đã làm được một việc tuyệt vời. Dần dà chúng bạn rời xa. Con chim sẻ ngậm ngùi và cay đắng, bởi nó biết mình đã mất thì giờ, đã tốn công tốn sức đi ấp một cục đá thật, nhưng tự ái, nó không thể nào nhận mình sai, không dám nói mình đã lầm.

Người theo phong trào Hippie, hay phong trào Sinh Viên Đoàn Kết, rồi Việt Kiều "yêu nước" như chị tôi và bạn bè chị, đúng hay sai thì lịch sử đã đoán xét rồi. Nhiều người nổi tiếng của phong trào phản chiến thời ấy đã lên tiếng xin lỗi thế giới như tài tử Jane Fonda, hay âm thầm như một số sinh viên Tây Đức "xin" về Việt Nam sống vào đầu thập niên 80 sau đó lại vượt biên đã tách rời hẳn khỏi những người "yêu nước".

Số còn lại, tôi không biết có nhìn ra mình cũng từng như con chim sẻ trong truyện của Lưu Hải Sơn hay không, nhưng có một điều tôi biết là cho dầu họ như thế nào đi nữa, đi theo phong trào nào đi nữa, khi gặp khó khăn, khi cần sự giúp đỡ, thì chính phủ mà họ chống, xã hội mà họ bài bác, vẫn đưa bàn tay ra làm phao cho họ níu, vẫn ân cần đối xử tử tế với họ. Một điều rất đáng buồn, rằng sau cuộc chiến, người hippies nếu vẫn còn sống đâu đó trên đất nước Hoa Kỳ, chắc chắn vẫn bình an và đầy đủ, chắc chắn họ vẫn được chính phủ hỗ trợ, vẫn được các cơ quan thiện nguyện hay nhà thờ giúp đỡ khi ngặt nghèo, và những cựu sinh viên "yêu nước" ngày nay vẫn sống tại hải ngoại, đã xong học trình, đã đi làm, đã an cư lạc nghiệp và tích lũy được một số vốn nào đó; còn người dân Việt, hoặc phải sống đời lưu vong xứ người, hoặc còn ở lại quê nhà, dẫu có không cơ cực, nghèo nàn đi chăng nữa, vẫn khó mà sống được một đời an lành.

Người hippies từng "hết mình cho lý tưởng hòa bình tự do", người sinh viên du học từng "đấu tranh không mệt mỏi cho chính nghĩa", khi nhìn về tuổi trẻ của mình, không biết họ có đang hãnh diện mình từng có một thời như thế, hay cảm thấy buồn và hối hận, bởi vì cho đến tận ngày hôm nay, sau bốn mươi mốt năm ngưng tiếng súng, thì người Việt Nam còn sống trên đất nước Việt Nam, vẫn chưa hề biết thế nào là hòa bình, tự do, chính nghĩa và công lý...

∎

DẶM DÀI

Anh là công dân Mỹ mà không ở Mỹ. Tôi là công dân Úc mà ở Âu châu. Nên thường hay gọi đùa nhau là người Việt gốc... cây. Chúng tôi cùng viết lách trên một cái blog nho nhỏ không nổi tiếng của một người bạn thi sĩ. Phần lớn người viết là bè bạn thân nhau thời đi học, cùng lớn lên trong một thành phố ở quê nhà, và số còn lại thì quen biết nhau qua thời gian cùng cộng tác trên những tờ báo ở hải ngoại. Có người tôi từng gặp ở ngoài đời, cũng có người tôi chưa biết mặt, nhưng thân và hiểu nhau vì những tâm tình trao gửi trên chữ nghĩa.

Tôi thường không thích đọc bài vở được đăng trên internet mặc dầu không gặp trở ngại trong việc xử dụng những phương tiện điện tử, bởi vẫn thích cái cảm giác được mở một cuốn sách, được náo nức lật những trang giấy còn thơm tho mùi mực. Tôi hay nhớ thuở nhỏ, sau giờ ăn trưa là ra hàng hiên ngồi chờ người giao báo để nhận những tờ nhật trình mới tinh tươm được mang ra từ Saigon. Và tôi đã buồn biết bao nhiêu khi các tờ tạp chí văn chương in bằng giấy ở hải ngoại chết dần chết mòn rồi đình bản hẳn.

Tuy nhiên dầu muốn hay không muốn, cuối cùng tôi cũng phải chấp nhận báo điện tử, cũng phải đọc bài của bạn bè được "post" lên các trang báo mạng nếu như không muốn mất dấu nhau. Anh giễu tôi:

- "Thôi thì thôi nhé cũng đành thế thôi"... Sống vào thời buổi nào thì phải chịu lép vế theo trào lưu phát triển của xã hội thời ấy. Ngày xưa thì các cụ đồ nhà mình cũng phải vất bút lông xài bút mực, vất chữ Nôm xài chữ quốc ngữ, và vất cả áo thụng xài áo chemise, thì văn chương phú lục trên internet cũng phải nhập môn nhà tụi mình mà...

Anh nhại cải lương, bảo:

- H.N ở toàn các chốn thành đô đầy xa hoa rực rỡ, internet mà lỡ có trục trặc một chút, gọi điện thoại than phiền một hồi là được sửa ngay, chứ mình ở đây, "mất mạng" là chuyện thường tình nên đâu có dám chê báo điện tử!

Tôi và anh sống cách xa nhau hằng nghìn dặm. Tôi từ Âu châu "qui cố hương" về lại Úc, nơi đã đón chân mẹ con tôi gần ba mươi năm trước. Tôi về đi học lai rai chờ ngày định cư sang Hoa Kỳ. Anh giễu tôi:

- H.N đi không biết mỏi chân, hết sống ở châu này qua châu kia cứ như bươm bướm, như chuồn chuồn mà cũng bày đặt dùng hai chữ định cư!

Tôi hỏi lại:

- Nhưng anh cũng nói anh đã "định cư" ở Mỹ thì sao? Anh bật cười. Tôi bị anh trêu là dân Bohemian, dân "international", sống năm châu bốn bể thì anh cũng đâu có hơn gì. Nếu không muốn nói anh còn "rày đây mai đó" như cơm bữa nữa là khác.

Anh đi lính. Nằm trong lực lượng đặc nhiệm, được (hay bị) thiên hạ đặt cho cái tên thật rùng rợn, "hunter killer". Chỗ trú quân thường nhất là Trung Đông, A Phú Hãn và khu vực Tây Nam châu Á. Vì vậy tùy theo nhiêm vụ được giao mà anh sẽ vác ba lô lên đường. Anh vẫn hay đùa "đi bất cứ nơi nào khi tổ quốc... chẳng cần mình bảo vệ gì cả". Gần như tỉnh thành nào ở các khu vực trên anh cũng phải đi qua, phải sống ít nhất là vài năm. Rồi từ Á, Lào, Campuchia, Trung Hoa, Nhật sang Âu, Ý, Đức..., thỉnh thoảng Do Thái, Iran, Iraq, anh đều phải có mặt. Miền trung đông là nơi anh qua lại, tới lui y như người ta đi từ Bolsa qua chợ... Phước Lộc Thọ. Nhóm chữ "dễ mất mạng" anh dùng để đùa với tôi gồm cả hai nghĩa, mất mạng internet lẫn mất cả mạng thật của mình. Tôi nói:

- Việt Nam chiến chinh hai mươi mấy năm coi bộ còn chưa "đã", nên qua tới Mỹ anh vẫn đầu quân đi lính. Bày đặt than thở "bận hành quân nên chắc khó thăm nhau" nghe bực cả mình!

Anh bật cười:

- Thì đời lính chiến, đời quân ngũ giống như cái nghiệp. Y như H.N thích viết văn làm thơ, có phải tự nhiên mà bị dính vào nó đâu... Mà đã "nghiệp" thì phải chịu chứ biết sao giờ.

Lúc đầu anh không nói tại sao sang đến tận bên này, sống trong một đất nước tự do, không ai bắt buộc và tuổi thì cũng đã qua thời phải làm nghĩa vụ quân sự mà vẫn dính vào nghiệp lính. Anh chỉ kể về đời lính chiến cho tôi nghe, *"sau Al Asad bên Iraq thì mình bị đi qua Afgha mất mấy tháng, chỗ Camp Marmal (Mazar-e-Sharif). Cái trại này nhỏ... híu, thuộc ISAF (*), do lính Đức quản trị, chùm nhum lính của hai mươi ba nước chen chúc. Mùa đông lạnh có lúc dưới độ âm, lạnh tê tái. Đông đúc quá, nên tắm nước lạnh cũng phải sắp hàng cỡ một tiếng, và một tiếng khác mới chen lọt vào nhà ăn là chuyện thường ngày ở những cái huyện cà chớn đó..."*

Anh thường hay chơi chữ khi viết lách và trò chuyện, nên dùng tựa truyện "chuyện thường ngày ở huyện" của nhà văn Nga, Valentin Ovechkin, để nói về cái "huyện cà chớn" mà anh đang sống. Nếu tính ra từ Mỹ bay qua Afgha mất chừng bảy ngàn dặm, thì thật ra có thể nói đó là một đoạn đường không mấy dài. Với những người hay đi như chúng tôi, mười ba tiếng đồng hồ tính cả lên xuống, chờ máy bay cất cánh, đáp cánh thật chẳng nhiều. Anh nói:
- Thì đúng là sau khi yên vị, chỉ cần ngồi ngó chiêu đãi viên chỉ vẽ những thao tác khẩn cấp trong trường hợp máy bay gặp nạn, nhấp nháy coi hai, ba bộ phim; ăn một, hai bữa, rồi nghe phi công trưởng thông báo khóa,

mở dây an toàn, cộng thêm vài ba cập nhật tin tức vân vân, là đã thấy tới nơi. Thiên hạ nhiều khi đi du lịch, còn phải trải qua cả nghìn nghìn dặm từ nơi này sang nơi nọ, có người lắm khi có thể ngồi chờ ở phi trường hằng giờ để lấy một cái vé last minute chỉ vì muốn đi viếng một phong cảnh đẹp, một nơi nổi tiếng nào đó... Bảy ngàn dặm đúng là "chuyện nhỏ" thiệt!

Tôi đáp:

- Nhỏ thiệt, nhưng vượt bảy ngàn dặm không phải về quê hương thăm gia đình, không phải đi nghỉ mát, không cả vì làm ăn business thường tình như thiên hạ, mà lại lăn vào một chỗ chẳng biết ngày nào "mất mạng" như anh thì không biết nhỏ hay không!

Vượt bảy ngàn dặm để lao vào vùng giao tranh dữ dội, vượt bảy ngàn dặm để chấp nhận hiểm nguy có thể đến với mình bất cứ lúc nào trong khi có thể an lành mỗi ngày lái xe đi làm, thứ bảy Chúa Nhật ra Bolsa, Westminster, Garden Grove uống cà phê, tán chuyện đời. Đó là chưa kể còn muốn ăn bất cứ món gì, tắm bất cứ... loại nước nóng lạnh, vùng vẫy trong bể bơi, đùa giỡn với sóng biển vào thời điểm nào cũng được, tôi nghĩ thật buồn. Tôi tiếp:

- Lẽ ra với mớ kiến thức, với bằng cấp, và với khả năng ngoại ngữ giỏi như anh, chuyện ngồi một chỗ nào đó trong văn phòng, sau máy tính, làm những công việc nhẹ nhàng không hề bị đe dọa gì đến tính mạng, và hơn hết là không đòi hỏi sự hy sinh phải xa gia đình, xa vợ con như vậy, có khó khăn gì đâu mà anh không chịu làm?

Anh cười không đáp. Tôi cằn nhằn:

- Lẽ ra mười mấy năm qua, anh đâu nhất thiết phải lội mút mùa lệ thủy tận biên giới A Phú Hãn, nhiều khi cả hai năm trời không rớ được đến phương tiện truyền thông internet, mà ngày nay vốn đã trở thành phổ biến, đến tận cả những vùng nông thôn ở quê nhà cũng có như vậy? Nói thật là nếu như bốn mươi năm trước đây, nhận được những "lá thư viết từ chiến trường" của anh gửi về, chắc hẳn H.N đã bồi hồi thương cảm vì sự khổ nhọc của đời lính, đã xót xa cho kẻ xa nhà chịu thiếu thốn và phải đối diện với tử thần trong gang tấc như đã từng thương cho những người lính Việt Nam Cộng Hòa ngày xưa... Nhưng đó là hoàn cảnh lúc đất nước còn chinh chiến, muốn hay không vẫn phải chịu cảnh đao binh, chứ đang sống thảnh thơi yên lành, đang tự do no ấm, mà nghe anh gian lao chiến trường, nghe anh hành quân rừng lá thấp hoài, coi bộ khó có phần thông cảm.

Anh cười nhắc lại lời đã nói lúc nào đó với tôi. Có lẽ cái nghiệp có "licence to kill", gọi nôm na là có bằng cấp, chứng chỉ để giết người đã "vận" vào với anh. Và anh hiểu tôi "la làng" với anh vì tôi biết rõ không chỉ là những lao khổ ở chiến trường anh phải chịu đựng, mà cả khi về phép thăm gia đình ở Hoa kỳ anh cũng không thể hưởng được những sinh hoạt bình thường. Anh viết cho tôi: "Mình về nhà được hơn hai tuần rồi, debrief xong là đi tập huấn tơi tả đến giờ. Tuy ở Mỹ nhưng vẫn tham gia đánh đấm tưng bừng hoa lá. Nghỉ được có ba bữa, thiệt là ít. Ít xịt! Rồi giờ thì phải đi làm tiếp...".

Ít, ít xịt! Ba ngày phép của anh từ Afgha về đến Hoa Kỳ có thể nói còn ít hơn cả ít mới đúng. Chữ "ít xịt" ở quê tôi, cũng như ở quê anh, không những chỉ để diễn tả về một điều gì đó nhỏ bé, tí tẹo, very little, mà còn cưu mang luôn cái cảm giác thất vọng. Tuy không là đồng hương nhưng sinh trưởng ở nơi gần gần, cách quê tôi vài chục ki lô mét, nên thỉnh thoảng khi muốn tôi hiểu thật rõ ý mình, thư cho tôi, anh vẫn thường dùng những từ ngữ địa phương như vậy.

Anh kể chuyện về nhà "ít xịt" với giọng điệu đùa giỡn, nhưng anh làm tôi bồi hồi. Tôi nhớ đến những lá thư trước của anh. Anh viết, "mấy tuần nay mình lục tục 'dọn tiệm' từ Iraq dời qua A Phú Hãn. Hai tuần cuối cùng thì inernet cũng bị cắt mà nhà ăn cũng đóng cửa luôn. Làm cả bọn phải gặm MREs (Meal Ready To Eat). Mà buồn hơn là tay chân ở không, chỉ ngồi thu lu, không biết làm gì cho hết giờ. Thôi thì đành phải nói là để cho cuộc tổng triệt thoái thêm nhiều phần bi tráng vậy!". Và rồi vẫn với giọng điệu giỡn chơi ấy, cuối mỗi câu thư, anh thường bỏ thêm hình một mặt người cười toe toét, như thể mọi sự chung quanh anh đều nhẹ hẫng như lông hồng. Thư khác, lúc tôi còn ở Đức, anh kể "cuộc không vận qua bên này tốn tới mười chiếc máy bay khổng lồ C-17 về một căn cứ tiền phương ở cực Bắc A Phú Hãn, Camp Marmal (hỏi ông... google thì biết, có dính dáng tới Bundeswehrs, quốc phòng liên bang 'của' H.N đó.). Mèn ơi, ở nơi này rừng núi trùng trùng điệp điệp, mà mưa dầm mấy ngày nay không dứt, nhiệt độ lạnh... bơ phờ luôn, vừa mưa vừa tuyết...".

Anh viết vậy, nhưng dẫu mưa tuyết bão bùng, hay nắng gắt cháy da, thì anh vẫn ở đó. Anh gửi cho tôi vài ba tấm hình đứng cạnh những chiếc máy bay có cái bụng thật lớn, tròn vo như cá mập. Tôi đã phì cười, bảo giống hệt như... đồ chơi con nít. Anh bảo:

- Ngó thì giống đồ chơi thiệt đó, nhưng là những loại máy bay thiện chiến, chiến nhất bây giờ. Phải chi hồi xưa mình úynh giặc với loại này mà không là loại dở ẹc thì đâu có phải chạy thục mạng ra ngoài này!

Gần như chuyện gì cũng bị anh biến thành chuyện tiếu, hoàn cảnh nào cũng có thể bị anh đem ra bỡn cợt. Anh gửi hình chụp với Robin Williams, kể, "bọn này mới đến, lều trại chưa có, chỗ làm việc chưa setup, cả toán dồn vào một cái lều tạm cùng với cả trăm chú thuộc các đơn vị khác nhau. H.N cứ thử tưởng tượng đến cả trăm cái giường sắt loại hai tầng (bunk bed), đầu giường giăng mắc các loại ba lô, mền chiếu, quần áo, vũ khí..., nên đủ mùi quần áo giày vớ ẩm ướt, nền đất thì chèm nhẹp, lại cộng thêm các loại tiếng ồn hăm bốn trên hăm bốn, mới biết là sức chịu đựng của cái tai, cái mũi của mình cũng vào hạng khá!".
Tôi trêu:

- Bác sĩ tai mũi họng mà qua đó chắc ăn nên làm ra. Còn ông Robin Williams đi một chuyến về bảo đảm sẽ nhớ đời... Nhưng mà quan trọng hơn là hình như có người hổng thấy quê hay sao thì phải!
Anh cười:

- Lội riết bên mấy cái xứ này, ngày lại ngày qua phải "xử ní" toàn mấy chuyện máu me nên thành vô cảm mất tiêu rồi!

Với kiểu đùa giỡn của anh, thật tình tôi không biết phải chia sẻ điều gì cho đúng, nên chỉ thường đùa lại mà thôi. Thư cho anh, tôi luôn "chúc anh đánh giặc giỏi". Cuộc sống của anh và tôi gần như không có điểm gì chung, lại cách xa nhau đến cả vạn dặm, những điều anh kể cho tôi nghe càng lạ lẫm hơn. Thấy tôi từng ở Đức nhiều năm, anh viết "đây là căn cứ của Nato, mà do Đức quản trị lâu nay. Giờ thì Mỹ tăng viện vào cho thêm đông, cho thêm vui. Lính của lực lượng liên hợp gồm chừng hai chục nước chen nhau trong cái trại chật ních. Có gặp cả mấy chàng lính thuộc quân đội... Mông Cổ nữa. Chèn ơi, dân bộ lạc vậy mà xem ra còn có vẻ chính qui và oai hơn... bộ đội VC rất nhiều mới đáng buồn chứ!". Tôi nói:

- Ai biểu anh đi vào nơi gió cát!

Anh gọi nơi anh ở là "nơi gió cát", là một vùng đất của các bộ tộc bán khai nghèo khổ, man dại, theo đạo Hồi cực đoan, còn làm những chuyện rợn tóc gáy, chẳng hạn đàn bà con gái có thể bị giết, ném đá cái một vì những nghi ngờ không đâu từ chồng. Hoặc làng này có thể mang dáo mác súng ống qua tàn sát mấy chục mạng người chỉ vì một con dê đi lạc, nghi làng kế bên ăn trộm. "Dâu bể tang thương, hoang sơ tiêu điều. Cả một vùng đất rộng thênh thang là một thung lũng nhỏ sình lầy, có những ruộng lúa chật hẹp ngập nước bì bõm bao quanh bằng những vùng núi đồi đất đá và những thảo nguyên liền theo núi đồi trùng điệp, kéo tận đến mịt mù". (**).

Thanksgiving anh viết, "mình đã 'hồ hởi' sắp hàng rồng rắn chừng nửa cây số, chung với non ngàn người lính liên quân, giữa cơn mưa dầm, trước cái nhà ăn nhỏ xíu, sức chứa cỡ hai trăm người, đợi đến phiên để được ăn một bữa ăn nóng, hot meal có mash potato, cranberry sauce và một miếng thịt gà Tây cà lồ. Nói là 'hot', nhưng thật ra tất cả đều là đồ hộp khui ra hâm lại cho nóng... À, tráng miệng thì có pumpkin pie và pecant pie với cà phê, hể hả chưa!?". Rồi kết thúc thư cũng vẫn bằng một mặt người cười, anh khiến tôi bùi ngùi. Anh kể chuyện hằng ngày, chuyện lính tráng, chuyện Thanksgiving, Tết nhất đìu hiu nơi xứ người buồn bã đến nứt lòng, những "hể hả" anh có được nghe xót dạ không chịu được. Tôi trả lời thư anh bằng giọng đay nghiến vẫn thường dùng, "không ai mượn mà cứ xông pha khói lửa, vác súng ra chiến trường làm gì. H.N ở Sydney, không có lễ Thanksgiving như Hoa kỳ, vẫn ăn được nguyên một cái đùi gà tây thiệt bự vừa mới lấy trong lò ra, uống hết nửa chai shiraz ngon nhất nước Úc. Và vì no quá nên không thèm đụng tới miếng pie nào hết!".

Anh đọc thư xong, cười ha hả, trả lời rằng cũng vừa mới đọc bài tôi đăng trên một trang web của cơ quan truyền thông Tin Lành. Anh viết "có chạy vào chỗ 'vườn Ê đen' nhòm xem H.N thánh thiện cỡ nào thì mới thấy một em coi bộ hiền lành, áo dài tha thướt, nhưng hai con mắt thì ...nghinh ngang quá sức nên biết tình hình ...rất gay go!". Rồi gọi là để... bù lỗ, anh gửi cho tôi một lô hình chụp tại Do Thái, con đường khổ nạn Via Dolorosa, chỗ Chúa Jesus chịu thập hình, nơi thánh Giăng làm phép rửa (báp têm) cho Chúa Jesus, cạnh bờ sông Jordan, rào biên giới giữa Jordan và Israel... Anh dặn tôi "coi cho vui hen, như một chuyến viếng thăm thăng tích bằng hình". Tôi cám ơn, và viết lại cho anh, "vui cái nỗi gì mà vui, chỗ đó uýnh nhau dài dài như anh viết chớ vui gì!". Anh đáp thánh địa Jerusalem được dân du lịch cả thế giới tới thăm, nên là khu được bảo đảm an ninh tối đa. Anh nói tôi đã từng đi Ai Cập, thì lần sau "chịu khó" đi thêm một đoạn, anh sẽ đãi tôi uống cà phê ở Do Thái.

Rảnh rỗi, tôi hay gửi những bài viết mới, lẫn cũ của mình không đăng trên mạng internet để anh đọc. Anh đọc rất kỹ, và lần nào cũng viết đôi lời an ủi, kiểu "văn chương thì dù không cơm cháo nuôi nổi bản thân tác giả ngày nào, nhưng cũng là dưỡng chất tinh thần nhiều lắm cho những người như... tui đây, những con người cùng một thế hệ, sinh ra để nhìn thấy lắm nỗi thương đau, để chịu lạc loài, đổ vỡ, chia xa miên viễn mà vẫn không ngừng những nỗi thiết tha...".

Lần anh về Tết, lúc tôi đã định cư ở Hoa Kỳ, gọi điện thoại cho anh, tôi trêu anh bằng hai câu thơ anh làm lúc ở A Phú Hãn:
- Năm nay khỏi kêu ca "anh còn ở chiến trường xa. Đón Tết, là một ly cà phê đen" nhen!

Rồi tôi hỏi về tới rồi nhưng anh đã "ăn" Tết chưa. Anh đáp:
- Về không dài nhưng dầu gì cũng được đón Giao thừa ở nhà.

Anh làm tôi nhớ bài viết cũ của anh từ nhiều năm về trước, kể chuyện đón Giao Thừa ở một *căn cứ nhỏ xíu, toàn những căn lều vải bạt, dựng thành từ nhóm, bao chung quanh phi đạo, cách ly với cái làng ngoài kia bằng ba lớp rào kẽm gai. Nơi gần nhất với khu nhà dân, chỗ cái chợ nhỏ, thì có bức tường thành dài độ ba trăm thước, đủ cao để ngăn bên ngoài không thấy được bên trong, thế thôi".* (**) Nơi đó có chừng ba trăm lính Thủy Quân Lục Chiến Mỹ đồn trú, và một khu an toàn tạm thời cho những lực lượng đặc nhiệm như toán của anh. Ở đó, đêm mồng một Tết, từ nơi trực về lại trại, giữa một cơn mưa dầm dề úng thủy, bất ngờ anh sững chân bởi giọng hát của một người nữ, một người nam văng vẳng đưa ra từ phía trong lều. Lúc còn ở Úc, có lần đang đi trong sân trường tôi cũng từng chôn chân ngay giữa trời mưa chỉ vì một giọng nói nhẹ nhàng mang âm điệu Huế vang lên từ phía sau lưng mình. Từ một nơi được xem như là một thủ đô tị nạn thứ hai của người Việt hải ngoại sau California, chỉ cần vài bước ra khu chợ đồng hương là có thể nghe, có thể tưởng như mình đang sống ở quê nhà, vậy mà một trích đọc đoạn thư của Trịnh Công Sơn gửi cho Tôn Nữ Dao Ánh được một người nào đó đọc bằng giọng Huế giữa cơn mưa chiều nơi xứ lạ, cũng đã làm tôi ngẩn ngơ. Anh kể tiếng cổ nhạc, giọng ca của Lệ Thủy, Minh Phụng mùi mẫn vang lên giữa núi rừng A Phú Hãn ngày đầu năm níu chân anh như không cách gì gỡ ra được.

Anh viết *"Lạ. Nhướn mắt nhìn kỹ, anh thấy trong góc căn lều, khuất sau những quần áo treo tùm lum trên các giây nhợ giăng trong phòng, ngồi trên đầu một chiếc ghế bố, một người lính Thủy Quân Lục Chiến đang cúi gập người, hai tay ôm mặt, vai rung rung…".* Và anh càng ngạc nhiên hơn khi biết ra người lính Mỹ da đen cao lớn đứng trước mặt anh khi anh gọi anh ta ra ngoài, *"không có vẻ gì là biết tiếng Việt, đừng nói là hiểu được lời, cảm được ý của cái loại nhạc mà anh ta đang nghe, mùi mẫn đến độ khóc sướt mướt" (**)*. Chuyện trò thêm, anh biết ra người lính Mỹ xa nhà này gốc nửa châu Phi nửa Việt Nam, có bà mẹ bị gia đình từ không nhìn mặt vì đã lấy ba anh, người lính viễn chinh tại Việt Nam trước bảy lăm. Khi mẹ anh theo ba anh về xứ lạ, hành trang ly hương mang theo trong lòng là câu hát cải lương. Anh lính trẻ lớn lên, được ru ngủ bằng những câu cổ nhạc, được lớn lên bằng tiếng hát Lệ Thủy, Minh Phụng. Thanh Sang..., ngày giã từ mẹ sau khi nhận lệnh hành quân mười tám tháng nơi chiến trường Nam Á, anh lén lấy cái CD của mẹ mang theo, nhưng rồi chỉ để thêm nát dạ vì nhớ nhà. Lần bạn tôi nhìn thấy người lính này khóc là lần anh ta không thể về thăm mẹ mình đang bị ung thư ở giai đoạn cuối. Thậm chí đến cả telephone cũng phải chờ hai tuần mới đến lượt để được gọi về. Bạn tôi kể anh đã giúp người trung sĩ Thủy Quân Lục Chiến này gọi về Hoa Kỳ sau khi *"bươn bả lội sình quay trở lại nơi làm việc, lôi cái điện thoại vệ tinh, loại tác vụ (***) ra, rồi quày quả đi trở lại căn lều nọ. Trên đường đi, anh đã kêu cho hiệu thính viên nhiệm sở BTL Trung Đông ở Qatar, dặn "móc" (hook-up) với hiệu thính viên đường dây dân sự ở Mỹ, khu vực Akansas, và trực máy (Stand-by). Hỏi tên họ bà mẹ của người lính xong, anh kêu hiệu thính viên liên lạc cho bệnh viện của County nơi nhà của bà mẹ* *người lính, xác định tên họ bệnh nhân xong, chuyển thẳng đến phòng ICU nơi bà mẹ nằm"... (**).*

Câu chuyện anh viết và kể thật buồn. Những người lính xa nhà như anh, như người lính Mỹ da đen mang nửa giòng máu Việt, nhiều tháng năm dài miệt mài hành quân xa, nương náu trong những lán trại quạnh hiu miền trung Á chỉ vì một nhiệm vụ mà nghe ra dường như rất vô hình, rất mơ hồ, là để "bảo vệ nền tự do cho toàn thế giới". Nhiều người đã tự hỏi, và vô số người đã lên tiếng tại sao quân đội Hoa Kỳ phải ở lại và chiến đấu tại A Phú Hãn sau khi quân khủng bố Al-Qaida sụp đổ và Bin Laden đã chết từ lâu! Sau này thân nhau nhiều, anh mới đề cập đến vấn đề đang gây ra tranh cãi khắp nơi ấy với tôi. Anh nói:

- Cái giá của tự do không thể trả bằng tiền bạc hay những thứ vật chất thông thường khác, mà đến hơn chín mươi phần trăm là bằng mồ hôi, nước mắt và máu. Ngày xưa những người lính viễn chinh Mỹ và đồng minh hy sinh trong chiến trường Việt Nam cũng chỉ vì hai chữ "tự do" mơ hồ kia. Nhưng thử tưởng tượng nếu tường thành miền Nam sụp đổ sớm hơn, cộng sản tràn ngập Đông Nam Á sớm hơn và làm ra nhiều điều tang tóc hơn, thì chúng ta đã như thế nào? Thế giới đã ra sao?

Anh nói mặc cho ai có những suy nghĩ khác, có những nhận định khác và có hồ đồ cho rằng đó là những cuộc chiến tranh vô bổ chỉ mang lại những hy sinh vô ích; hay thậm chí có người còn dùng những ngôn từ xấu hơn, tệ hơn dành cho sự hiện diện của quân nhân Hoa Kỳ tại các chiến trường không phải là đất nước mình, thì anh vẫn thấy anh và bạn bè anh đang làm điều đúng. Vẫn thấy chính phủ Hoa Kỳ đã và đang thực hiện điều đáng làm. Bởi anh nói ngày nào những bóng ma độc tài, khủng bố còn phủ quanh thế giới, ngày nào còn có những tổ chức làm con người sợ hãi, và còn đe dọa mạng sống của dân lành, thì anh vẫn sẵn sàng "chiến đấu cho đến giọt máu cuối cùng".

Anh về thăm nhà vài ngày vội vã. Anh nói:

- Tết, vẫn là Tết ở xứ người, cái xứ mình đang nhận làm quê hương, không thấy hoa mai vàng, không thấy bầu không khí yên ắng cuối năm, không thấy rộn ràng đầu làng cuối xóm, nhưng đây là lần đầu tiên mình không phải hát "Xuân này con không về", nên vẫn cảm thấy hết sức xôn xao.

Dành thêm chút thì giờ, anh kể chuyện được ăn bánh tét, thịt kho, được đón giao thừa bên vợ con. Sau đó anh bảo sẽ gửi cho tôi tập truyện ebook đang nóng sốt về chính trị ở bên nhà. Tôi hứa sẽ đọc và sẽ bình luận cùng anh.

oOo

Người ta nói không còn chiến tranh ở A Phú Hãn, không cần quân đội Mỹ hiện diện ở miền trung Á này nữa, nhưng tin tức đưa về hằng ngày vẫn chẳng có gì khả quan. Chiến trường vẫn nóng sốt và quân Taliban vẫn tấn công quân đội đồng minh, và giết hại hàng ngàn người dân thường...

Những ngày sau Tết tôi gọi lại cho anh, nhưng máy anh đã khóa. Tôi để lại lời nhắn, chờ mãi vẫn không thấy anh trả lời.

Tôi nghĩ chắc là anh đã trở lại vùng hành quân.

Thư cho tôi, anh luôn chúc tôi vui vẻ. Giọng thư đầy lạc quan và chứa chan yêu đời. Anh cũng hay dặn tôi nhớ làm thơ, viết văn nhiều nhiều để anh em và bè bạn đọc. Tôi thật muốn nói với anh rằng tôi vẫn còn làm thơ, thỉnh thoảng vẫn viết văn, và mỗi lần viết xong, tôi đều email cho anh. Nhưng sau ngày anh về phép ấy, tôi hoàn toàn không nhận được một hồi âm. Cũng như thỉnh thoảng dầu không viết, tôi vẫn chạy vào blog của anh bạn thi sĩ để xem có bài hay comment gì của anh hay không.

Tôi viết và tôi luôn hy vọng. Nhưng cho mãi đến tận bây giờ vẫn chỉ là những hy vọng chưa được hồi đáp.

Lòng tôi vời vợi buồn. Tôi chưa bao giờ dám nghĩ đến mấy chữ anh thường đùa, "mất mạng", cho dầu là mất mạng internet đi chăng nữa. Bởi tôi nhớ anh có nói ở những nơi không lên được internet là những nơi đang giao tranh...

Tôi chắc chắn anh biết tôi và bè bạn luôn lo lắng cho anh. Chuyện tử sinh, chuyện binh lửa chiến tranh, cổ lai chinh chiến... là chuyện không ai muốn nhắc đến. Tôi thật lòng vẫn ước mơ một sáng nào đó thức dậy, sẽ thấy tên anh hiện lên trong vi thư của mình. Sẽ nghe tiếng điện thoại reo vang và nghe tiếng anh cười bên kia đầu giây từ quận Cam, hỏi H.N có khỏe không.

Mùa xuân nào bạn tôi tình cờ nghe những bài vọng cổ trên đất A Phú Hãn, mùa xuân nào anh về thăm gia đình, hứa bàn luận chuyện chính trị với tôi, mùa xuân nào anh còn làm những bài thơ Xuân đằm thắm, mùa Xuân nào còn rủ tôi đi uống một ly cà phê ở con đường khổ nạn Via Dolorosa. Mùa Xuân nào còn nhớ thuở hoa vàng áo lụa, nhớ pháo đỏ rượu nồng, nhớ thời thơm tho sách vở.

Mùa Xuân nào anh viết cho tôi, "cái giá của tự do không thể trả bằng tiền bạc..". Tôi ngậm ngùi tự hỏi, mùa Xuân nào như vậy, còn mùa Xuân này anh có về?

(*) ISAF: Viết tắt của The International Security Assistance Force, Lực lượng Hỗ Trợ An Ninh Quốc Tế, là tổ chức được lãnh đạo bởi NATO thực hiện sứ mệnh bảo vệ an ninh tại Afghanistan do Hội đồng Bảo An Liên Hiệp Quốc thành lập.
(**) Oki, Ngày Tết Nghe Cải Lương.
(***) Điện thoại chỉ dành cho tác vụ, có khả năng liên lạc qua bất cứ vệ tinh nào.

■

tranh Hoàng Nga

ÁO LỤA PHƠI BUỒN
SÂN GIÓ XƯA

Em mười sáu tuổi trăng mười sáu
Áo lụa phơi buồn sân gió xưa
Trần Dạ từ

- Anh đi không được khóc.

Ai thèm. Anh chặc lưỡi:

- Vậy thì cũng không được cười. Cười hở mười cái răng.

Cười hở luôn ba mươi sáu cái. Anh... bật cười:

- Răng khôn mọc đủ chưa mà đòi hở ba mươi sáu cái.

Thật cũng không biết đã mọc đủ hết răng khôn chưa. Bởi thuở ấy mới mười sáu tuổi. Mười sáu tuổi con nít. Làm gì cũng bị dòm ngó. Như chiều hôm anh đến nhà chào từ biệt, chỉ đứng trên thềm nói chuyện là đã ghê gớm lắm rồi. Anh nói nhỏ. Thèm cầm bàn tay chi lạ. Đứng trên thềm, trong nhà nhìn ra, ngoài đường nhìn vào, hàng xóm ngó ngang. Nhất cử nhất động đều không qua mắt được ai. Chuyện cầm tay, nghe như huyền thoại.

Không cầm tay, nên đứng trơ vơ ngó trời ngó đất. Nói chuyện từ biệt. Anh nói mai anh đi. Kính thưa quí vị, tin tức đã được thông báo. Thì thông báo lần chót. Mai anh đi chắc trời hết nắng. Hết nắng lòng chịu ướt với mưa. Mưa đi, mưa trong lòng, chắc vậy. Mai anh đi thời tiết trái mùa. Anh biết bài thơ này của Lê Vĩnh Ngọc không. Em đọc ở đâu. Ở báo Tuổi Ngọc chớ đâu. Anh chưa đọc tới. Anh đọc Văn, Bách Khoa... Vậy anh biết bài thơ của Nguyên Sa không. Mai tôi ra đi chắc trời mưa. Tôi chắc trời mưa mau.

- Bài đó ai cũng biết.

Mưa thì mưa chắc tôi không bước vội. Nhưng chậm thế nào rồi cũng phải xa nhau. Thuở mười sáu tuổi, chuyện từ biệt, chậm thế nào rồi cũng phải xa nhau, nên chừng không có gì gọi là thảm sầu cho lắm.

- Tết, anh về ăn Tết. Hè, anh sẽ về nghỉ hè. Phải không? Mai anh đi, hè anh về.

- Từ Tết tới hè lâu biết mấy.

Ở khoảng giữa có viết thư. Những tờ thư viết bằng mực xanh và mực tím. Thư màu mực xanh gửi về địa chỉ bà chị họ của anh nhờ đưa giùm. Những lá thư có khi đọc xong phải xé bỏ liền đầu là thư viết rất hay, những trích đoạn văn thơ mềm như hơi thở, ngọt ngào như mật ong. Thư mực tím thì gửi thẳng đi từ cái bưu điện nhìn xuống bờ sông có bóng dừa và hàng khuynh diệp xa xa.

Thuở mười sáu tuổi chia tay hồn nhiên như nắng, ngọt ngào như mưa. Tết, nhớ trời sắp tết nhưng lòng mình đang Tết, và nhớ... phong bì lì xì. Hè, nhớ đến nắng đến biển đến những hàng dương trên bãi cát trắng mịn. Nhưng bỗng dưng cũng nhớ đến những thứ khác, nên nói, hè anh về, mang về cho em chùm lá me của Sài gòn. Làm gì. Để em xem có khác gì với lá me xứ mình không mà không có ai chịu ca tụng me xứ mình. Anh nhìn qua nhìn lại một hồi, rồi nói làm sao cầm tay nhỉ. Câu nói như dội vào thinh không. Hỏi lại. Anh biết ông Du Tử Lê không. Anh nói, chuyến bay sáng mai cất cánh sớm quá.

- Nè anh, ông Du Tử Lê có bài thơ dễ thương lắm, có cây me và lá me. Người về đâu không người không về đâu.Chiều chưa mưa nên chiều chưa thay màu.Tôi cây me đứng run từng lá. Lá đã vàng rồi tôi đã vàng theo.

Anh ờ, bài thơ. Anh chẳng phê bình bài thơ hay hay dở. Dễ thương hay không. Anh nói mái tóc nhỏ mượt mà, đen nhánh như nhung. Bên tai anh không nhận lại lời cám ơn, mà lao xao:

- Me Sài gòn khác gì với me xứ mình nhỉ, mà sao không có ai chịu làm bài thơ lá me cây me xứ mình.

Lại cây me, lá me. Anh thở ra. Sàigòn có những con đường trồng toàn me. Ông Nguyễn Tất Nhiên làm thơ cho hai hàng me ở đường Gia Long.

- Nhưng mà trong bài thơ của ổng đâu có hai hàng, ba hàng me gì đâu. Ổng gọi là lũ lá me. Chiều nắng âm thầm chào biệt lũ lá me.

Anh ngao ngán:

- Vậy chắc tại Sàigòn có mứt me.

Cười:

- Mứt me ngọt ngây, ngon lành gì. Em muốn đọc được một bài thơ nào đó cho cây me, lá me xứ mình ghê.

Anh đáp:

- Thì mai mốt em làm bài thơ lá me rơi rụng.

Tiếng cười vỡ ra:

- Vậy thì em sẽ làm bài thơ... trái me rơi rụng xuống đầu ai kia.

Anh nhìn sang thở dài, ngày mai anh đi rồi. Mai anh đi. Và giờ thì đứng ngó trời ngó đất. Ngó ra ngoài đường. Cười. Anh nhăn mặt. Mai anh đi mà cứ cười hoài. Tại anh không hát, lên xe tiễn anh đi, không nên cười nhiều thế. Anh làm thinh. Ngó tới ngó lui con đường trước mặt xe và người qua lại. Tháng Giêng, mới ra Tết, người và xe không lấy gì làm hối hả. Con đường có vẻ buồn hơn mọi bận. Con đường vắng hơn mọi ngày. Vài chiếc xe GMC chạy qua. Lính ngồi trên xe nhìn xuống.

Anh nói. Có thể anh sẽ nhập ngũ. Sao vậy, tự nhiên cái nhập ngũ. Anh chép miệng:

- Trường anh sinh viên xuống đường hoài.

- Anh đừng thèm xuống đường.

Anh ngó theo chiếc GMC vừa chạy qua. Tụi nó phản chiến, muốn chống chính quyền. Anh không hả. Không. Nên vì vậy phải chọn cách khác.

- Anh có định làm Dũng của Đoạn Tuyệt hay Tuấn chàng trai nước Việt không?

Anh lại ngoái nhìn theo chiếc GMC chỉ còn để lại bụi mù trên đường. Anh không làm ai hết, anh làm anh.

Cười.

- Cười hoài.

- Chứ biết sao giờ.

Vậy đó mà hôm sau anh đi rồi, tháng Giêng tự nhiên trời đổ mưa. Những hạt mưa bụi trong không làm bàn tay trên ghi đông xe lạnh cóng lại như đang ướp nước đá. Đôi con mắt không hiểu sao cứ chớp hoài. Con nhỏ bạn đạp xe bên cạnh hỏi, sao bữa nay nhà ngươi im lặng quá vậy. Đâu có gì. Tại trời mưa nên buồn.

Tháng Giêng, tháng Hai. Có khi trời không mưa, lòng cũng buồn buồn. Anh viết thư nói kể cho anh nghe nhỏ đang làm gì. Trả lời. Em đi học. Như Thanh Tịnh đi học. Như anh đi học. Qua đầu tháng Ba anh hỏi, xứ mình ra sao rồi. Mười sáu tuổi kiêu hãnh, nên không viết xứ mình vẫn vậy, còn người thì không vui, mà trả lời, trời bắt đầu hết lạnh, nắng mới lên, phố xá bình thường. Và rồi cuối cùng không biết nghĩ sao lại viết thêm, hình như có nhiều người đang tản cư từ bên kia đèo vào.

Lá thư gửi đi. Một tuần, hai tuần, không thấy thư trả lời như thường lệ gửi về. Lúc đó đã nửa tháng Ba. Đọc báo thấy tình hình đất nước chừng biến động. Pleiku, Ban Mê Thuột vừa mất. Nhớ trước ngày giã từ, anh nói có thể anh sẽ nhập ngũ. Chạy ngang qua nhà bà chị họ của anh, hỏi anh có nhập ngũ không. Chị nói không biết. Không có thư nên không biết sinh viên Sài gòn có còn xuống đường. Và anh ra sao.

Hạ tuần tháng Ba, chạy ngang nhà chị họ của anh lần nữa. Cửa đóng then cài. Không thấy bóng người. Có vẻ như đã dọn đi. Đến cuối tháng Ba thì thị xã mất, ông anh lớn học chung với anh cũng kẹt lại ở Sài gòn. Cả nhà đi tới đi lui lắng lo. Không còn ai, cũng không còn cách gì để nhắn tin, biết tin. Cả ông anh. Lẫn anh.

Sang tháng Tư, tháng Năm. Chia tay. Lần này thì chia tay thật sự dẫu không còn ai đứng trên hiên nhà nhìn người, nhìn xe qua lại nói chuyện biệt ly. Không còn ai để nghe những câu thơ buồn. Cũng không còn nắng lụa là vấn vương tà áo, không còn mưa rơi mại mềm trên bờ vai. Thị xã chỉ những sáng, những trưa, những chiều và những tối thật hoang vắng, tiêu điều. Những đoàn GMC chở lính ra tiền đồn đã thay bằng những chiếc motolova cồng kềnh, hết chiến tranh vẫn lá ngụy trang, vẫn súng ống tận chân răng và những khuôn mặt nhếch nhác nhưng vênh váo đến khó chịu.

Đời sống cũng nhếch nhác đến khó chịu. Nỗi lao chao trong lòng không có tên nhưng bắt đầu chuyển sang trạng thái khác. Buồn. Buồn tê tái. Lịm người. Cứ mỗi bận tình cờ nhớ đến bài thơ Du Tử Lê là muốn khóc. Người không về nên lòng người dửng dưng. Tình tôi mong nên tình tôi khôn cùng.

Người không về. Anh không về. Nhánh me anh chưa hứa sẽ mang về nhưng bỗng dưng đã chất chứa những chờ mong. Những ngày đầu ngang qua nhà bà chị họ của anh, thấy cửa vẫn đóng, cổng vẫn khóa, nhưng lòng vẫn cứ ngóng trông một khuôn mặt quen thuộc, một nụ cười thân tình. Sau, những bộ mặt nhếch nhác nhưng vênh váo lởn vởn hiện ra bên trong cửa sổ khiến con đường bỗng trở nên tối ám, thành phố bỗng trở nên hoang tàn.

Đằng đẳng đến mấy tháng sau, ông anh từ thành phố có những hàng lá me trở về thị xã, chút hy vọng mới như mong manh trở lại. Trời tháng Bảy trong văng vắc. Mây biêng biếc xanh đến nhức mắt. Hàng hiên buồn tênh những vệt nắng đổ ngang. Ông anh và vài người bạn cũ cũng vừa về, đứng ngó trời ngó đất. Từ phía trong nhà nhìn ra, lòng thấp thỏm hoài một câu hỏi, nhưng không cách gì dám bật ra. Vẫn mười sáu tuổi, dưới cái nhìn của mọi người, làm sao có thể ngang nhiên đến hỏi, anh bây giờ ở đâu, và mọi người đã về mà sao anh không về.

Đến tối, tình cờ ba nhắc đến anh. Hỏi nó đâu. Ông anh chặc lưỡi, trả lời, cái thằng lừng khừng, làm chuyện gì cũng lừng khừng. Ba hỏi lừng khừng sao. Anh nói nó cứ đi ra đi vào, đứng ngồi không yên hỏi có nên đi nhập ngũ. Rồi sao đó lại hỏi có nên di tản ra nước ngoài. Tụi con, nhà kẹt ngoài này, mandat không có, chưa biết sẽ sống bằng cách nào, đi lính hay di tản lúc đó, đều là những câu hỏi không trả lời được. Nên nó lại đi ra đi vào. Cuối cùng nó đi, nhưng chẳng biết đi đâu. Cho đến giờ chẳng tin chẳng tức gì hết. Ba làm thinh. Không biết ba nghĩ ngợi gì. Ông anh đổi giọng bực bội. Cái thằng! Lừng khừng, lừng khừng. Thiệt tình, lừng khừng...

Lừng khừng. Lừng khừng. Không biết đi đâu! Lòng tôi sông nước đủ trăm giòng. Quanh co một nỗi buồn vô hạn. Cái bài thơ cũ rích của ông Du tử Lê, nhưng đọc lên cứ thấy lòng đau điêng điếng. Mười sáu tuổi trái tim thắt cứng lại không biết phải làm sao.

Quanh co một nỗi buồn không dám thố lộ, và cũng chẳng còn bè bạn chung quanh để thố lộ.

Qua ngày hôm sau, suốt một buổi chiều đạp xe lòng vòng qua những ngõ ngách của thị xã, chạy dọc xuống bờ sông hiu bóng nước, chạy ngang qua bưu điện, nước mắt khi không chảy dài. Những tháng năm sau, quẩn quanh trong tuyệt vọng, đời chừng như cũng chỉ quẩn quanh không có nụ cười.

Mười sáu, mười bảy. Trăng tròn, trăng vạnh. Lâu lâu tình cờ nhìn thấy những hạt me rơi trên đất nảy mầm, nhìn nhánh lá nhỏ lắt lay, lòng bỗng xao xác, và mắt lại đỏ rưng rưng. Nhà có miếng vườn nhỏ xíu phía sau, cứ đòi trồng cây khế, cây me. Bị mẹ mắng, ba mắng. Hỏi khi không trồng cây me.

Mười sáu, mười bảy, rồi thì hăm mốt, hăm hai. Sao sáng sao mờ, muốn hay không cũng phải trôi theo với giòng đời. Trở thành người lớn. Tay bế tay bồng. Kỷ niệm cũ đành khép lại cùng tháng năm. Những bài hát, những bài thơ thời khoai củ, bàn tay em xây nông trường, bàn tay em gieo lúa vàng đi chung với hàng me lung linh ánh đèn, hay con đường có lá me bay chiều chiều ta lại cầm tay nhau về quê mùa, thô thiển như muốn đẩy ký ức lùi thêm về góc trú thân nào đó trong trái tim.

oOo

Vào cái lứa tuổi khi con người ta bắt đầu không còn gì để khoe về mình, khoe về con cái nữa, bởi cuộc đời của chính mình và con cái đã được phân định trong xã hội, với cuộc đời, là lúc người ta bắt đầu nói đến cháu nội cháu ngoại, nhưng lại bỗng thèm được trở về những ngày mười sáu, mười bảy, thì tình cờ, rất tình cờ trong một buổi họp bạn như vậy, có một người đến trước mặt, hỏi. Em còn nhớ chị không?

Nhớ? Hai đồng tử mở thật lớn, nhìn gương mặt không còn tự nhiên với mí mắt được lấy bớt mỡ, đôi gò má căng cưng cứng như mặt trống múa lân, và đôi môi sưng mọng, đỏ màu tranh bát quái. Một khuôn mặt khi không cười cũng như đang cười cười. Một khuôn mặt mà ký ức nhảy múa đến bất tận vẫn không nhận ra. Một khuôn mặt giống hệt như những khuôn mặt khác được "clone" từ khuôn mặt bà vợ ông bác sĩ thẩm mỹ thường thấy trên video ca nhạc.

Ai đây? Quá khứ réo gọi, trí nhớ đào xới liên tục, mà lạ, vẫn không thấy quen đôi bàn tay no tròn, trĩu nặng nhẫn kim cương. Ai? Ai thế này? Cuối cùng, không biết gì hơn, đành bẽn lẽn thốt nên câu:

- Dạ xin lỗi chị, dạo này trí nhớ em tự nhiên kỳ cục ghê lắm. Đồ đạc cứ để một đường thì lại đi tìm một nẻo. Phim coi ba tháng trước ba tháng sau đã không còn nhớ nội dung.

Sự thật quả là như vậy. Quả là rất dễ quên. Nhưng chừng như cái trường hợp này không phải là vậy. Chừng như nếu đang ngồi trước cái computer, thì sau khi nộp vài dữ kiện tìm kiếm, có lẽ sẽ thấy hiện lên hàng chữ "not found".

Hồ sơ tìm kiếm có lẽ sẽ không thấy. Không biết là ai. Vậy thì, là ai đây trong số những người tôi từng biết? Là người nào đây, trong số những người quen đã đi qua đời tôi? Người đi qua đời tôi, không nhớ gì sao... tôi? Một nụ cười bèn nở ra cầu hòa:

- Chị cho em một chút xíu gì đó để trí nhớ em có cơ hội làm việc được không?

Cười. Cũng nụ cười không biết có phải vì da mặt bị căng nhiều lần:

- Chị đã nghĩ chị em mình sẽ nhìn không ra nhau. Nhưng bây giờ mới thấy em không nhìn ra chị chứ nụ cười của em thật khó quên. Thấy là nhớ ngay. Vì em bối rối cũng cười. Vui, cười là hẳn nhiên mà buồn cũng cười. Đau khổ cũng cười. Ai thân quen em, hiểu những nụ cười đó, sẽ thương em mãi.

Ai mà thân quen? Lại nụ cười căng căng:

- Chị nhắc điều này có lẽ em sẽ nhớ ra.

Không, có lẽ phải nhiều điều. Định nói vậy, nhưng thấy hơi bất lịch sự nên im lặng đứng chờ. Hai bàn tay với nhẫn kim cương nặng trĩu đưa ra nắm lấy bàn tay xương gầy. Ngày xưa chị hay nhận thư giùm cho em...

Ngày xưa! Ngày xưa! Ngày mười sáu tuổi! Ngày xưa chị nhận thư giùm cho em! Một bước chân, dẫu không muốn, bỗng dưng cũng bật lùi về phía sau. Hai mắt dẫu không muốn, cũng mở to lên chăm chăm nhìn. Miệng dẫu không muốn, vẫn tròn ra ngơ ngác.

Chị của ngày xưa! Người của ngày xưa! Chị của mấy chục năm đã xa xôi tít tắp. Chị hiện ra, ở đây. Còn người ấy, ở đâu? Lưỡi như cứ ríu lại. Ô, em xin lỗi, xin lỗi đã nhìn chị không ra.

- Chị đẫy đà ra nhiều, phải không?

Cười. Lại cười. Nhưng khuôn mặt đối diện dường như không có. Người đối diện không có. Hiện tại chừng cũng biến mất. Chỉ quá khứ ào ào chạy về. Ngày mai anh đi. Lên xe tiễn anh đi. Người về chiều nắng hay đêm sương. Người về đò dọc hay đò ngang. Làm sao cầm tay. Làm sao...

Bàn tay nhiều gân xanh lạo xạo trong bàn tay đeo nhẫn kim cương:

- Em còn xinh ghê.

Em cám ơn. Cám ơn, như cám ơn những lần chị đưa lại phong bì màu xanh da trời với những hàng chữ mỏng, thật đẹp. Những lá thư nhờ trao giùm mà không ghi tên, không một mẫu tự viết hoa nào đi theo phía sau hai chữ trao giùm, nhưng chưa bao giờ thư đi lạc.

Chị chớp chớp mắt. Còn nhớ người viết thư cho em không. Mắt chớp chớp trả lại chị. Đã không còn mười sáu tuổi, đã không còn phải sợ người lớn đến nỗi thấp thỏm một câu hỏi, nhưng không hiểu sao câu trả lời vẫn không thể nào thốt ra. Chị nói.

HOÀNG NGA

- Cậu ấy nhắc em hoài. Bao nhiêu năm vẫn nhớ đến em và những nụ cười của em.

ao nhiêu năm vẫn nhớ. Vẫn nhớ. Ô hay, vậy sao không ai đi tìm. Ô hay, người không về nên lòng người dửng dưng...Chia tay ở tuổi mười sáu hồn nhiên như nắng, nhưng sao lòng mấy mươi năm vẫn mưa bay.

Hai bàn tay xương gầy rụt về, đặt vào với nhau. Dạ nhờ chị nói lại em cám ơn nhiều lắm. Chúng tôi xin tri ân và thành thật cảm ơn tấm thịnh tình của quí vị. Bàn tay đeo nhẫn kim cương cũng đặt vào với nhau. Chị bỗng dưng như phân bua:

- Đời sống ở bên ấy có nhiều khi cũng kỳ.

Dạ, sao ạ. Ờ, có nhiều khi dính chân vào rồi là gỡ không ra. Vâng. Đáp vâng, nhưng mắt ngơ ngác nhìn khuôn mặt lạ, lòng chẳng hiểu người đối diện đang nói gì. Đời sống cậu ấy cũng buồn. Dạ. Người ở phương nào người có nghe nôn nao. Tôi ở đây nghe lòng tôi rì rào. Ông Du Tử Lê này mới là buồn cười. Khúc trên viết, khi người về tôi không nhìn không trông, đến khúc cuối lại bảo lòng rì rào. Nhớ có lần hỏi anh, anh nói, chắc ông ấy viết bài thơ lúc lòng đang ngổn ngang.

Ngổn ngang... Chị nói. Đời sống cậu ấy cũng ngổn ngang. Sao ạ. Không hạnh phúc mấy. Cậu ấy buồn. Rồi sao ạ. Ở thì vẫn phải sống.

À, vẫn phải sống. Vậy thì buồn thật. Ừ, buồn.

Buồn thật. Đứng với nhau thêm vài mươi phút. Nhưng chẳng biết nói gì thêm. Chung quanh người cũ người mới lao xao. Mà lạ, không hiểu sao cứ thấy đời sống mấy mươi năm như không có thật. Người ở phương nào... Người ở phương nào, tôi ở phương này. Tự dưng sực nhớ tới lời ông anh, cái thằng lừng khừng. Đôi bàn tay bỗng dưng trở lạnh. Nước mắt cứ muốn lưng tròng. Mấy câu thơ Trần Dạ Từ lâu rồi không có dịp đọc tới bỗng chạy qua trong trí, bây giờ tôi cách núi xa sông. Bài thơ của thuở trăng mười sáu. Mười sáu trăng chờ em biết không.

Mười sáu trăng xa xôi vàng lạnh. ...mười sáu tuổi trăng mười sáu. Áo lụa phơi buồn sân gió xưa... Hơn năm mươi, lụa vẫn còn phơi buồn trên sân gió. Hàng hiên xưa vẫn còn rưng rưng nắng và con đường vẫn ít người xe qua lại đầu tháng Giêng. Mười sáu tuổi. Lòng nhớ lòng thương lòng sắp khóc...

Đêm tàn. Đôi bàn tay ngập ngừng từ giã. Đôi bàn chân ngập ngừng không bước. Mười sáu tuổi lòng sầu không dám khóc. Hơn năm mươi, lòng sầu mắt cũng chỉ dám rưng rưng.

Mười sáu. Năm mươi. Trăng vàng. Trăng lạnh. Trăng mênh mông. Trăng buồn.

Đêm buồn và đêm đen như thể không ánh điện. Giọt nước mắt cố giữ lại trên mi nặng trĩu cứ muốn rớt xuống thổn thức. Nhưng cuối cùng đành phải quay đi. Nghĩ thầm trong bụng. Chắc thế nào ngày mai cũng phải kêu người đến chặt cây me ở cuối vườn. ∎

SẦU XƯA THỨC DẬY

Sầu xưa thức dậy trên vai nhỏ
Về ướt lòng tay nửa tiếng cười
Nhã Ca

Một lần, cô hỏi nếu đi được, thì anh muốn định cư ở nước nào. Anh đáp:
- Chắc anh sẽ xin đi Hoa Kỳ.

Anh là người mà cô thích ngày vừa mười sáu tuổi. Mười sáu tuổi, hồn trong như vạt nắng, tinh khôi như hạt mưa, thích, mà chẳng biết vì sao mình thích. Cũng không hiểu gì về người ấy, từ tính tình cho đến sở thích, từ tâm tư cho đến nhận thức. Nhưng bởi thích, nên chỉ cần loáng thoáng thấy bóng anh trên hành lang, nghe tiếng đàn anh vọng ra từ phòng khách, lao xao tiếng ai đó nhắc đến tên anh, là tim đã muốn nhảy ra khỏi lồng ngực, chân tay đã run lên như đứng trong gió lạnh. Và ngoại trừ những điều nghe... lóm từ mấy ông anh lớn trong nhà nói với nhau, chẳng hạn như anh học giỏi, con một ông quan ba, nhà ở "đâu đó" dưới phố, thì theo kiểu nói thời bấy giờ, anh là "một tinh cầu hoàn toàn xa tít tắp" đối với cô.

Mười sáu tuổi, thích anh, nên cô bỗng đâm ra mê... văn chương. Ban đầu cô cặm cụi chép những bài thơ, những trích đoạn của các thi, văn sĩ nổi tiếng vào một cuốn vở thật đẹp. Thời gian sau, cô tập tành viết lách. Viết nhật ký. Rồi đoản ngắn, đoản dài. Cuối cùng là... làm thơ. Và từ nhật ký, cho đến văn thơ, "thể loại" nào cũng non dại, ngô nghê, nếu không... copy ý tưởng của người khác thì cũng là "hàng nhái" khi đọc lên cứ thấy như nghe ở đâu đó rồi; là những "tác phẩm" chẳng bao giờ dám đưa cho ai coi, cũng không dám ghi tên, đề tặng cho anh, được cất dấu kỹ lưỡng cuối đáy tủ, giữa những chồng sách vở vì sợ lũ em "dòm ngó", tò mò lôi ra đọc và đem đi... méc mẹ, tuy nhiên có thể nói đó là những giòng chữ, những bài thơ ươm đầy thương yêu, và nặng trĩu tâm tư cô.

Ngày ấy nhà cô đông như kiến. Nhiều con, nhưng ba mẹ cô lại còn mang về một mớ cháu chắt lo cho ăn học. Bên cô, bên cậu, bên nội, bên ngoại đều có. Cô biết anh vì anh là bạn thân của ông anh con cậu. Hai người học chung với nhau từ năm đệ ngũ. Khi lên đại học thì cùng với những ông anh khác của cô khăn gói rời thị xã vào Sàigòn, ở cùng chung một nhà trọ. Người học Văn Khoa, người học Minh Đức, người học Khoa học, người học Phú Thọ... Hè, Tết kéo nhau về thăm nhà thì lại tụ tập, tán gẫu, đàn hát.

Sàigòn với cô thuở ấy là chốn mơ hoa. Chưa được sống ở đô thành, chưa đủ tuổi để vào đại học như các anh, cô và lũ bạn hay mơ màng về những buổi chiều lãng mạn "em rời thư viện đi rong chơi. Dưới đôi vòm cây ủ yên tĩnh…" (Tô Thùy Yên), đứa nào cũng ước ao về những "chàng tuổi trẻ tóc bay", những chiều thảo cầm viên, những "Duy Tân cây dài bóng mát", Nguyễn Bỉnh Khiêm vàng lá me bay, rồi những Tự Do, Nguyễn Huệ lộng lẫy. Sau này khi ôn lại chuyện cũ, nhiều lúc cô phải phì cười, vì hầu hết những chuyện của mấy ông chỉ lẩn quẩn ở những quán cà phê, loanh quanh ở quán nước, chuyện theo em nọ làm đuôi em kia, chuyện đi đánh bi da chỗ này, long rong chỗ nọ, vậy mà dưới con mắt lũ học trò tỉnh lỵ tụi cô ngày ấy như lấp lánh muôn ngàn ánh pha lê.

Anh đàn và hát rất hay. Không như mấy ông anh cô chẳng chơi ra hồn một khí cụ nào, thì anh hay độc tấu guitare nhạc cổ điển, hát và đệm những ca khúc tiền chiến lãng mạn như dân chuyên nghiệp. Tài hoa anh khiến trái tim mười sáu tuổi của cô chảy tan ra thành nước. Cô đã để lòng nhớ thương anh mòn mỏi dầu không bao giờ dám thố lộ cùng ai, kể cả những đứa bạn thân nhất của mình. Cũng không dám nghĩ đó là tình yêu, hay "hình như là tình yêu", và càng không đủ… cải lương để nói "con tim có lý lẽ riêng của nó". Bởi vì tình yêu trong trắng và thánh thiện cô dành cho anh thuở ấy là tình một chiều. Anh đã có bạn gái. Là chị của một "thằng" bạn học cùng trường.

Thuở "tập làm thơ yêu…anh", cô vẫn còn ở lứa tuổi bị cả nhà cấm không cho phép đứng nói chuyện riêng với tên con trai nào, nên chỉ dám nhìn… lén anh sau lưng, chạm mặt chỉ dám lí nhí cúi đầu chào. Kể cả lần duy nhất được ông anh lớn dẫn đi uống cà phê cùng với anh, ngồi đối diện anh mà cũng chỉ dám ngó... bàn tay anh đặt vòng trên ly nước, ngó từ... cổ áo chemise của anh xuống đến mặt bàn mà thôi.

Nhưng những kỷ niệm mỏng manh như tờ giấy, ít ỏi đến không đủ đếm trên đầu ngón tay ấy, những đoạn văn, những bài thơ làm cho anh còn chưa kịp chín, chưa kịp có thể gọi là... thơ, là văn, thời cuộc đã trở nên tao loạn, mỗi người đã một phương trời. Gia đình anh không biết đi đâu, còn gia đình cô thì về một huyện lỵ. Sáng sáng chiều chiều của cô đã không còn hồn nhiên phố xá với bạn bè, không còn quán nọ, hàng rong kia, mà hai chị em cô phải lui cui xuống bếp đốt rơm thổi lửa, nấu nước nấu cơm cho cả nhà. Cô làm lọ lem. Con em gái làm lọ lem. Cả nước cùng lọ lem. Cuộc đời khoai củ nghèo nàn, cái huyện lỵ điệp điệp trùng trùng những cánh rừng cao su ấy càng như muốn đốt và hủy diệt toàn bộ hoài bão cùng mơ ước của cô.

Cơ hồ một nhánh cây già không trổ lộc, ngày ngày cô buồn bã ngồi nghe tiếng còi tàu về sân ga, lòng xao xác không biết mình đang ngóng đợi điều gì. Tuổi hoa niên của cô tàn lụi giữa những tiếng loa phóng thanh của phường, những buổi họp bình bầu ở trường, ở khu phố. Cô đã tưởng chẳng bao giờ còn có dịp gặp lại anh lần nữa trong đời, nhưng thật bất ngờ, anh bỗng dưng xuất hiện, bỗng dưng về thăm gia đình cô. Lúc ấy anh trai cô đã nghỉ học về làm rẫy phụ với gia đình, còn các ông anh họ cũng phân tán đi khắp nơi vì ba mẹ cô không còn đủ sức cưu mang, cô hoàn toàn không hề biết họ vẫn còn liên lạc với nhau. Nên một

HOÀNG NGA

hôm nghe tiếng gọi cửa, cô đã sững sờ đến đánh rơi cả chùm chìa khóa, lọng cọng không cách gì mở được cánh cổng cho anh vào nhà. Cô đã ấp úng không thành tiếng, đã mời anh vào nhà bằng những thanh âm nghẹn cứng ở cổ họng. Suốt mấy ngày sau đó, lẩn quẩn trong bếp nấu cơm rửa chén quét nhà, nhưng hồn cô để ở nơi có tiếng cười, tiếng nói, tiếng đàn. Tối tối, cô ngồi khuất trong bóng đêm nghe vọng lại từ hàng hiên, bài sonat ánh trăng của Beethoven buồn bã. Anh đã không còn dám hát lớn những bài tình ca bởi sợ du kích phường đến làm phiền gia đình cô. Cô chảy nước mắt nhìn bờ vai anh trai cô gầy guộc, nhìn dáng anh ôm đàn dưới trăng giữa đám hoa cau rụng trắng thềm, ngậm ngùi nhận ra ngày tháng thanh xuân tươi thắm sẽ chẳng bao giờ còn trở lại với các anh.

Cô không dám hỏi vì sao anh về thăm. Cũng không dám hỏi anh sẽ ở lại bao lâu, mà chỉ lặng lẽ ước ao thầm ngày sẽ dài, thời gian sẽ ngừng lại để anh không rời xa. Nhưng anh đến, rồi anh lại đi. Lần ấy, đi biền biệt. Một năm, hai năm, nhiều năm, không thấy anh trở lại. Và anh cô cũng dần dà thưa nhắc đến anh. Cô buồn vô cùng. Cái tiếng còi tàu bỗng dưng trở nên gắn bó với cô. Cô đã biết mình đang chờ đợi điều gì. Biết mình mong ngóng gì sau hồi còi thê thiết ấy. Những bài thơ cô làm cho anh đã bắt đầu có nỗi ngậm ngùi.

Tuy nhiên cuộc sống không thể dừng mãi lại với trăng sao, với tiếng đàn. Và cô cũng không thể hoài vọng mãi đến hóa đá như truyện cổ. Hết còn mười sáu tuổi, không hoài bão, không ước mơ, không tương lai, không cả hy vọng, cô đi lấy chồng. Thật bất ngờ vào ngày cưới cô, anh bỗng xuất hiện, rồi lại mang đàn ra ngồi dưới hàng hiên cùng với anh cô uống rượu, hát mừng ngày cô thành hôn. Anh hát, "hôm em lên xe, thế gian buồn vời vợi... Anh đi bơ vơ nhớ thương về một người..." (*). Cô mím môi, nghĩ anh trêu mình, nên lần đầu tiên trong đời cô lấy hết can đảm nhìn thẳng vào mắt anh, nói:

- Ba em không muốn em làm dâu nhà người, em không lên xe xuống ngựa, không võng kiệu vu qui, thế gian làm sao mà buồn...

Anh cười không đáp. Suốt buổi tiệc cưới, thỉnh thoảng cô nhìn thấy anh ngó cô, môi nở những nụ cười dịu dàng, và ánh mắt thoáng chút buồn. Sáng hôm sau anh giã từ. Thời mười sáu tuổi nhà nhiều sách vở, nhưng cô không được phép đọc, kể cả những loại sách dành cho tuổi mới lớn như Tuổi Ngọc, Tuổi Hoa Tím, Ngàn Thông..., chơi thân với các anh cô, có lẽ anh biết cô vẫn còn bị xem là nít nhỏ, nên sau những kỳ nghỉ dạo ấy, anh vẫn thường chào cô bằng những câu sặc mùi... con nít, "bé ở nhà ngoan, Tết anh về sẽ lì xì cho". Suốt thời mười sáu, mười bảy tuổi, cô đã chờ đợi anh nói một câu gì đó... hay ho hơn, sang thời mười tám, hai mươi, anh cũng chỉ nói với cô những câu tương tự. Nhưng sau ngày cưới cô, thay vì câu từ giã không dành cho con nít cũng không cho người lớn, anh bảo:

- Anh vẫn còn nhớ cái dáng tiểu thư áo trắng của em.

Cô lặng người. Không tin nổi anh đã nhìn thấy cô tiểu thư, thấy cô áo lụa guốc gỗ ngày ấy. Và cô lặng

HOÀNG NGA

người vì biết mình sẽ mang câu nói của anh trong lòng rất lâu. Sau này bạn cô bảo có lẽ anh đã có mặt trong quãng đời đẹp nhất, đáng yêu nhất của cô, nên anh tựa như là một nét cọ làm bức tranh đời cô lấp lánh màu sắc. Con nhỏ còn trêu cô nên đóng khung cẩn thận, và nhớ treo ở một vị trí sáng lóa nhất của tâm hồn để biết rằng mình đã từng có thời làm thiếu nữ.

Cuộc sống cứ vậy mà trôi đi như bài hát của Phạm Duy anh hay hát. Và cũng như người con gái trong bài hát ấy, cô thôi không còn làm thơ cho anh. Cô không biết anh làm gì và ở đâu. Không biết anh có còn hát những bài tình ca, đàn những bài nhạc cổ điển... Đôi khi trong cái mênh mông của cõi người, cô bắt gặp mình thơ dại, bắt gặp tà áo mình tung bay, bắt gặp tiếng đàn anh trên hiên nhà, bắt gặp ánh mắt anh u hoài ngó theo...

Đột nhiên, rất tình cờ, vài năm sau ngày cô lấy chồng, một hôm cô gặp lại anh ở chợ huyện. Anh đi cùng với một người. Người đang cùng anh dự định vượt biển, ở cách nhà cô một quãng đường. Lúc bấy giờ hai thằng em út cô đi hoài không lọt, đang vào ra không biết làm gì cho hết ngày, còn chồng cô thì mới vừa mới đến được Galang, chẳng hiểu bao giờ mới được định cư. Thấy anh, cô bàng hoàng. Thấy anh, cô sững sốt. Trái tim thời thiếu nữ không còn vụng dại đập mà thay vào đó là nỗi xót xa. Anh gầy guộc. Khắc khổ. Và vẻ mặt như mang đầy nỗi tuyệt vọng. Anh kể sau khi ra trường, chạy vạy đủ mọi nơi nhưng chẳng nơi nào nhận anh vào làm vì lý lịch gia đình anh không "đạt yêu cầu". Anh đã lang thang qua nhiều chốn và cuối cùng vẫn không biết làm gì để kiếm đủ ngày ba bữa cơm ngoại trừ loay hoay ở chợ trời.

Những ngày sau đó, thỉnh thoảng khi về huyện lỵ ấy với bạn, anh lại đến thăm gia đình cô. Uống cà phê, nói chuyện đời với mẹ cô, và chia sẻ chuyện vượt biên với chị em cô. Lúc ấy, cô đã có thể tự nhiên hơn, nói chuyện dễ dàng hơn với anh. Tuy nhiên không hiểu sao cô cứ thấy có điều gì đó rất đỗi lạ kỳ ở trong lòng. Cô tự hỏi có phải chăng trong khi các em cô đã quá chán cảnh lên xe xuống tàu, bị rượt đuổi, bị tù mà gia đình cô đã đuối sức chạy vạy, và bản thân cô với cuộc hôn nhân đầy sóng gió, không có mấy hy vọng sẽ được đoàn tụ, thì anh lại rất hào hứng, tràn đầy tin tưởng sẽ đến được bến bờ tự do, sẽ có được cuộc đời đẹp đẽ ở bên kia chân trời nên đôi bên không thể nào đồng cảm? Hay cái hớn hở trong những lời nói của anh có phần nào không thật? Hay còn điều gì đó vướng mắc trong cô?

Anh nói với cô, anh muốn đến Hoa Kỳ vì đất nước đó có những điều cuốn hút. Anh nhắc nhiều đến thời người Mỹ mới đến Việt Nam, nhắc đến văn chương, đến đời sống, và đến những gì đã được học trước đây. Anh bảo một cái đất nước chỉ có vài trăm năm lập quốc nhưng có những trang sử đầy sóng gió, có một cái tuyên ngôn làm thay đổi cả thế giới, và có những tổ chức đầy lòng nhân đạo khiến anh yêu thích và ngưỡng mộ. Anh cũng nhắc cả cuốn tiểu thuyết nổi tiếng "Gone With The Wind" của Margaret Michelle, nhưng không nói về những cuộc tình hay những nhân vật trong truyện mà hào hứng, sôi nổi nói đến cuộc nội chiến, sự nổi dậy của người da đen, về đảng Ku Klux Klan, việc giải phóng nô lệ, về tự do, bình đẳng bình quyền… Anh cũng chia sẻ với cô chuyện thời sự, chuyện những người hoạt động chính trị, những văn nghệ sĩ cô ưa thích đang bị cầm tù, những điều mà không thể gặp ai cũng có thể tỏ bày vào thuở ấy.

Anh bảo bằng mọi cách sẽ tìm cho ra con đường để đi đến tự do.

Vào cái thuở một ngày có đầy đủ ba bữa cơm đã có thể gọi là thiên đường, ai ai cũng hiểu cột đèn có chân còn muốn đi, vì vậy khi nghe anh bảo muốn được như những người dân Mỹ, muốn được góp bàn tay đưa con người thoát ra khỏi chế độ độc tài, cô đã thật lòng và hết sức mong mỏi anh sẽ sớm đến đến bên kia chân trời. Cô đã thật lòng ước ao khi nghĩ đến tình cảnh bố anh đang đớn đau, khổ cực trong trại tù cải tạo, nghĩ đến một tương lai tươi sáng nào đó, một cuộc đời khả dĩ mang lại cho anh một đời sống xứng đáng với tài năng anh, kiến thức anh…

Nhưng khi anh còn chưa thoát ra được thì phái đoàn đã gọi cô đi phỏng vấn. Cô được phép xuất cảnh giữa lúc hết còn trông đợi gì nữa ở nửa kia của mình. Những ngày tháng đầy lam lũ, đầu tắt mặt tối chạy vạy áo cơm lo cho con, khiến cô không đủ sức tin tưởng ở những ô cửa hạnh phúc mà cuộc đời sẽ dành cho mình. Người đàn ông của cô, khi đã đến nơi bình yên, chừng như đã không mấy… hào hứng trong việc giúp người còn ở lại vượt cơn ba đào. Dường như mỗi năm, cô chỉ nhận được một lá thư từ chân trời xa thẳm ấy. Cả đến lúc cầm tờ thông hành trên tay, cô vẫn còn tự hỏi không hiểu tại sao người ấy đã tiếp tục tiến hành bảo lãnh cho mẹ con cô... Và rồi cô đã ra đi với tất cả đắn đo, nghi ngờ và cả lo sợ. Ngoại trừ bầu không khí tự do mà anh từng nói, trước mắt cô mọi thứ đều như hư ảo, như một mê cung mà cô phải tự tìm ra lối đi cho mình. Trước ngày cô đi, anh đến tiễn cô, mừng cho cô. Anh bảo cuộc sống của cô với những tháng ngày vật vờ mà không biết ngày mai mặt trời có lên, nắng có ấm hay không sẽ chấm dứt, cái thế giới rồi sẽ rộng mở hơn, cuộc đời trước mặt sẽ thênh thang hơn với cô. Cô chân thành chúc lại anh sớm được rời khỏi nơi anh không còn muốn trải đời mình. Anh mỉm cười đáp cũng mong thế, và cuối buổi tiệc anh lại hát, "một người bước mau, người quay đi nghẹn ngào. Chờ em hút sâu, anh quay về với sầu"...

Những tháng ngày sau đó với cô ở nơi mới định cư, cái thế giới ở bên ngoài quả rất thênh thang, rất rộng lớn, rất tự do, nhưng riêng cô vẫn chật hẹp trong bốn bức tường của nhà bếp. Cũng vẫn một mình và bươn chải lo cho con. Cô chỉ không còn phải rồng rắn xếp hàng chờ mua nhu yếu phẩm, không còn bị xin giấy phép đi đường những khi muốn tới một nơi nào đó, không cần phải năn nỉ một nhân viên quan chức "nhận giùm" cái "phong bì" mỗi bận có việc cần đến giấy tờ, phép tắc... Cô tất bật áo cơm và chữ nghĩa quê người. Cô bận rộn nuôi dạy con cái, vun quén cuộc sống. Tình yêu lớn, tình yêu bé đều khép lại như những trang vở học trò khép lại cuối niên học.

Cô hoàn toàn không ngạc nhiên với con đường đời không phẳng lặng, với cuộc sống không nở hoa của mình, nhưng những gập ghềnh ấy có đôi khi đã làm cô tủi phận. Thỉnh thoảng nghe một bài hát cũ, bắt gặp một đôi câu thơ từng yêu thích ngày xưa, lòng cô bâng khuâng buồn. Cô không hề thăm hỏi về anh nhưng không thể dấu lòng là có lúc cô cũng nhớ đến anh, nhớ đến thời thơ dại của mình, cô vẫn tự hỏi anh đã đi được chưa, đã đến được cái đất nước mà anh hằng ngưỡng mộ chưa, thế giới của anh đang sống là nơi nào, và anh có còn giữ trong lòng mình ước muốn góp bàn tay cho tự do, cho nhân quyền hay không...

Cô đi rất lâu mà không trở lại quê nhà. Mãi cho đến lúc mẹ cô bịnh, cô mới về lẩn quẩn trong nhà với mẹ. Bạn bè và anh em họ hàng tụ lại thăm cô. Dường như rất nhiều người ái ngại cho cuộc sống đơn lẻ của cô dẫu cô bảo mình đang bình yên và hạnh phúc với những gì đang có. Ông anh họ cô ngần ngại một hồi rồi đưa cho cô tấm giấy với số phone của anh, bảo anh rất muốn liên lạc với cô. Cô ngẩn ngơ. Mừng, vì cuối cùng thì anh cũng đã đến được nơi đồng cỏ xanh tươi của mình. Và xúc động, vì không ngờ anh vẫn còn nhớ tới mình...

Cô cầm tấm giấy về nơi định cư với chút bồi hồi, bâng khuâng, hệt như năm xưa nghe anh bảo không quên được cô từng áo lụa guốc gỗ. Rất nhiều lần cô đã dợm gọi cho anh. Nhiều lần cô đã thừ người nhìn những con số được chép lại cẩn thận trên sổ điện thoại, tự hỏi mình có nên liên lạc với anh hay không... Lúc ấy anh đang sống tại bắc Mỹ, còn cô thì đang sống ở Âu châu, cách nơi anh ở mười ngàn cây số. Tuy nhiên địa hình, địa lý, đường dài, hoàn toàn chẳng là điều cản trở, phương tiện truyền thông viễn liên lúc bấy giờ cũng không còn khó khăn hay đắt đỏ, và riêng cô thì đã từ lâu không còn sự buộc ràng nào nữa với người đàn ông của mình, nhưng cô phân vân và lưỡng lự vì biết hoàn cảnh anh không giống như mình. Trên phương diện pháp lý anh cũng được kể là độc thân, nhưng cô nhớ lời ông anh họ cô kể, lúc ấy anh đang ở bên cạnh người cùng đi với anh, người lo cho anh đến bờ bên này. Người mà cô đã gặp năm nào ở chợ huyện...

oOo

Cái đất nước Hoa Kỳ mà anh hằng ngưỡng mộ, cái xứ sở mà cô không nghĩ mình sẽ định cư, bỗng dưng gần đến cuối đời, anh và cô lại cùng có mặt, cùng sống ở đó. Và tuy không đến cùng một thời điểm, không ở cùng một tiểu bang, nhưng không thể nói là không cùng bầu trời, nên mặc dù nhiều lúc không cố tình nghĩ hoặc nhớ đến anh, nhưng câu chuyện về anh thỉnh thoảng lại cứ quay về trong tâm trí cô. Một câu chuyện hoàn toàn chẳng mấy gì vui làm cô bận lòng. Cô nghe kể anh sống rất cô đơn. Gia đình anh giận và từ anh, hay nói đúng hơn bố anh nhất quyết không nhìn mặt anh, lý do chẳng phải bởi người đàn bà anh đang chung sống lớn hơn anh năm bảy tuổi, đã từng có gia đình, mà chỉ vì người ấy đã đưa anh đi, rồi gắn bó với anh trong khi bỏ mặc người đàn ông của mình còn trong trại tù cải tạo. Bố anh bảo để đến được bến bờ tự do, nhiều người đã phải đánh đổi những thứ quí giá nhất, có thể là cả mạng sống của mình, nhưng thứ mà anh đã đánh đổi là thứ mà ông không thể chấp nhận được. Ông bảo đó là sự phản bội và ông cảm thấy như chính mình đã bị phản bội. Người còn nằm trong trại cải tạo ấy là người ông không biết mặt, không quen tên, nhưng là người đã từng đứng trong hàng ngũ chiến đấu như ông. Là người đã từng chịu sương gió, hy sinh cả thời thanh xuân và sức lực của mình để anh, hoặc như cô, có thể đến trường đến lớp hằng ngày... Ông nói ông có thể tha thứ cho anh bất cứ điều gì anh làm lỗi, chỉ trừ điều ấy.

Rời Sàigòn về lại bên này, cô ray rứt mãi không yên. Cô biết mình đã không còn nghĩ đến anh như thời mười sáu tuổi, nhưng cô chạnh lòng. Cô bùi ngùi nghĩ đành rằng đó là sự lựa chọn của anh, nhưng quả thật cuộc đời đã quá cay nghiệt, thời cuộc đã quá tàn nhẫn với anh, với thế hệ của mình. Cô giả sử đất nước không bị thay đổi, đời sống không bị xáo trộn, thì những người như anh hay cô, có bao giờ cần phải ra đi, có bao giờ cần phải nghĩ đến một chọn lựa làm biến đổi cả nhân cách mình như vậy hay chăng...

Cô xa xót mãi như vậy cho đến một buổi chiều ở nơi cô đang sống, anh đang sống, khi chung quanh đang rộn ràng xao động, cô bỗng nhận được tin ông anh họ qua đời. Cái cảm giác như mọi điều bỗng ngừng lại khiến cô nghĩ ngay đến anh. Cô nghĩ đến cái vòng đời đang khép chặt lấy anh, đến những cánh cổng bước ra bên ngoài xã hội anh tự đóng kín, tự cài, mà cô đã từng nghe kể. Rồi cô nhớ đến cái ước mơ anh nói với cô. Cô ngẩn ngơ thầm hỏi, có phải chăng chúng cũng đã héo úa, tàn rũ theo những tháng ngày đơn điệu buồn bã mà anh đang sống?

Tự dưng nước mắt cô cứ muốn rơi ra. Trên đài truyền hình lao xao tin tức tranh cử, lao xao nhận định, lao xao thảo luận. Cô nghe loáng thoáng người ta đang nhắc đến kinh tế, nhắc đến lương bổng, đến chuyện tị nạn, chuyện màu da, và cả đảng KKK... Lòng cô rười rượi buồn. Ở nơi này, không cần quảng bá, ai ai cũng có thể nhận ra được sự tự do. Tự do ngôn luận, tự do bầu cử, tự do bình đẳng, giữa dân tộc này với dân tộc kia, giữa nam với nữ, giữa người với người... Ở nơi này, người ta không cần phải hô hào, không cần phải viết câu "độc lập, tự do, hạnh phúc" trên bất cứ loại giấy tờ nào, đơn từ nào, từ biên lai đóng học phí cho con đến biên bản cãi nhau, đánh nhau với hàng xóm. Ở nơi này, con người có thể hưởng sự tự do, có thể thấy mình được tự do mà không phải đánh đổi điều gì!

Cô ngó ra ngoài sân. Sầu não thở dài. Trên sân nhà cô, chỉ mênh mông tuyết trắng. Không có trăng, không có hương cau, không có tiếng đàn nhè nhẹ đưa về, nhưng trong trí cô, những câu thơ cô chép cho anh đi theo cô gần cả đời người cứ hiện ra. *"Mà phố chiều nay cũng vắng người. Như lòng hoang vắng mãi không thôi. Sầu xưa thức dậy trên vai nhỏ. Về ướt lòng tay nửa tiếng cười..."*

Lòng cô buồn như chưa từng. Cô có cảm giác như mình không vừa tiễn đưa người anh mới qua đời, mà cô đang tiễn cả quãng quá khứ thân yêu của mình về huyệt tối. Cô lại muốn bật khóc lên rưng rức. Cô nghĩ đến nửa tiếng cười rất héo úa, dẫu muốn toát ra trên môi, mà không hiểu sao cứ nghẹn lại ở trong lòng...

(*) Nhạc Trầm Tử Thiêng

∎

MIDWAY

Tôi hỏi:

- Hồi đó anh di tản ra khỏi nước bằng chiếc hạm đội này hả?

Chàng cười, giọng buồn thiu:

- Anh đâu có sang dữ vậy, cưng. Tàu nhỏ thôi em.

Tôi mường tượng mãi không ra con tàu nào đưa chàng xa khỏi quê hương. Biền biệt không về. Từ chỗ chúng tôi đang đứng, trên chiếc midway đã trở thành bảo tàng, đầy những phi cơ chiến đấu. Từ những chiếc thời thế chiến thứ nhất, đến thời rất gần. Dấu tích chiến tranh ấn chứng đầy dẫy qua hình ảnh và những giòng chữ được ghi chép lại trên các tấm bảng đặt phía đàng trước cỗ máy.

Chàng chỉ cho thấy một phản lực cơ:

- Chiếc này bắn hạ ba chiếc *mig 17* trước mùa hè đỏ lửa. Thêm ba chiếc nữa và một *mig 19* trước ngày hiệp định Paris.

Tôi sờ tay trên cánh máy bay, rồi trên thân một quả bom. Sắt thép lạnh buốt dưới thịt da tôi. Tôi nhớ đến hình ảnh hào hùng của các đoàn quân chiến thắng được nhìn thấy trên màn ảnh truyền hình. Cờ. Hoa. Áo trận. Và khúc nhạc khải hoàn. Những hình ảnh thật đẹp và kiêu hùng. Những hình ảnh khiến người xem thấy áp lòng, thấy mình được bảo vệ, che chắn an toàn.

Tôi nghĩ, ngày ấy, nếu đã là người yêu của chàng, chắc chắn tôi cũng vung chiếc khăn thêu mừng rỡ lên không một cách lãng mạn, tình tứ như các cô gái trong đoạn phim tài liệu. Chắc chắn tôi cũng sẽ hô lên câu chúc mừng với lòng hân hoan rạng rỡ.

Tôi nắm lấy bàn tay chàng. Chúng tôi đi thêm một đoạn. Lờ mờ trong trí tôi không khí chiến tranh thuở ấy hiện về. Tôi nhìn thấy thành phố thời tôi mới lớn với những đêm xa xa vọng lại tiếng canon, đại bác, những đoàn xe GMC chở quân nhân ra chiến trường chạy ngang qua con đường trước mặt nhà, những tin tức chiến sự nghẹt thở, những bàn tán xôn xao của người lớn trên bàn ăn... Tôi cũng nhìn thấy tôi, con bé mê văn thơ, mê nhạc trữ tình, mê lụa vàng hoa cúc, mê cả mini jupe cũn cỡn, mê nhạc ngoại quốc, và mê nhảy đầm, hoàn toàn chẳng để ý gì đến những người đang ngày đêm chiến đấu cho quê hương, chiến đấu cho những người thành phố được sống yên lành như tôi.

Thật tôi đã chẳng biết gì nhiều về chiến tranh mặc dầu hằng ngày tai nghe mắt thấy. Chẳng hiểu biết chút gì về cái gánh nặng trên từng đôi vai người chiến sĩ.

Chàng hiền lành đi bên tôi. Tỉ mỉ giải thích cho tôi nghe những gì chàng đã từng trải trong chiến tranh. Trái tim nồng nàn ấy như vẫn còn đập những nhịp thời trong quân ngũ. Chàng đỡ tay cho tôi leo vào trong lòng một chiếc trực thăng dùng để chuyển quân:

- Ngày trước tụi anh cũng đi trên những chiếc na ná giống như vầy, nhưng không có hàng ghế ở hai bên.

Tôi ngơ ngác hỏi tại sao. Chàng đáp, để đủ chỗ cho một trung đội ngồi. Tôi sững người, lặng thinh. Chiếc phi cơ nhìn đồ sộ bên ngoài, nhưng bên trong lòng bé nhỏ, chật chội. Cho mấy chục người, không cần chàng giải thích thêm tôi cũng biết là những chỗ ngồi chen chúc trên sàn đã được tính đến từng xăng ti mét. Bàn tay tôi nóng ran. Bờ mi tôi nóng ran.

Hơi thở nghẹn lại giữa lưng chừng lồng ngực. Tôi nghĩ đến những con người. Nghĩ đến những đêm yên ắng ngày xưa, có tôi vẫn tựa lan can nhà nhìn thành phố lên đèn, chập chững câu thơ yêu đương. Tôi nghĩ đến những cuộc sống gian khổ nơi chiến trường, những tuổi thanh xuân đã qua đi trong rừng sâu, nơi địa đầu chiến tuyến cho hàng triệu con người, trong đó có tôi, được cuộc sống nhàn nhã và tệ hơn nữa, vô ơn.

Lòng tôi lao chao. Thân tôi liêu xiêu như sắp ngã. Tôi níu bàn tay chàng như muốn bày tỏ cảm xúc của mình. Nhưng chàng chừng vẫn không để ý nên hân hoan vui vẻ khi kéo tôi xăm xăm lên phía trước. Giọng nói chàng sũng niềm hãnh diện:

- Chiếc này là phi cơ yểm trợ, mỗi phút có thể bắn ra được sáu ngàn viên đạn. Ngày xưa khi tụi anh đổ quân cũng được yểm trợ như vậy...

Sáu ngàn viên đạn một phút. Khi đổ quân. Ngày xưa khi đổ quân... Tôi nắm chặt những ngón tay vào lại với nhau. Sáu ngàn viên đạn yểm trợ trong lúc bên kia, chẳng biết địch quân đang dội lại bao nhiêu ngàn. Đầu tôi bàng hoàng bùng ra câu hỏi, như vậy, như vậy con số người nằm xuống, con số người đã ra đi là bao nhiêu!

Mắt tôi bỗng nồng lên, thật cay. Tôi đòi chàng đưa về.

Chúng tôi bước ra cổng. Midway ở lại đàng sau lưng chúng tôi. Quá khứ khép lại đàng sau lưng chúng tôi.

Hai chân tôi chập choạng những bước không vững. Chàng để vòng bàn tay che chở quanh tôi. Trong tôi, hình ảnh những đoàn xe tải thương, những đoàn xe chở quan tài phủ cờ vàng buồn bã vẫn về qua con đường trước mặt nhà hiện ra.

Tôi chợt hiểu hơn ba mươi năm đã trôi đi, nhưng mọi điều chừng như vẫn chưa qua đi. Nhiều cảm xúc đã qua đi, nhưng chừng cơn nhức nhối vẫn còn ở lại, đớn đau.

Tôi nghĩ đến tuổi đời của mình. Nhận ra chiến tranh hoàn toàn chẳng là những trận combat trên đài truyền hình. Thấu hiểu hơn, rằng đàng sau chiến thắng và khải hoàn hẳn phải là những giọt nước mắt, mồ hôi và xương máu của hằng triệu con người.

Nhưng hiểu, thật lòng, không lẽ chỉ để hiểu suông. Tôi ngơ ngác nhìn quanh, tự hỏi, chẳng biết mình phải làm gì bây giờ với những cưu mang...

■

Liên lạc Nhà xuất bản
Nhân Ảnh
han.le3359@gmail.com
(408) 844-3507